நாளை காணாமல் போகிறவர்

கவிதைகள்

இரா. கவியரசு

தேநீர் பதிப்பகம்

நாளை காணாமல் போகிறவர்
கவிதைகள்
ஆசிரியர் : இரா. கவியரசு
முதல் பதிப்பு: ஆகஸ்ட் 2020
வெளியீடு: தேநீர் பதிப்பகம்
பதிப்பிக்கும் உரிமை © : தேநீர் பதிப்பகம்
24/1, மசூதி பின் தெரு, சந்தைக்கோடியூர்
ஜோலார்பேட்டை - 635851
தொடர்புக்கு: +91 9080909600

Naalai kaanamal pogiravar
Poems
by R. Kaviyarasu
First Edition: August 2020
Pages: 96   Price: ₹ 110
ISBN : 9788194493730
Contact: +91 9080909600
e-mail: theneerpathippagam@gmail.com
Designed by : Gopu Rasuvel

கண்ணதாசனுக்கு

<u>நன்றி</u>

கணையாழி
ஆனந்த விகடன்
பேசும் புதிய சக்தி
காக்கைச் சிறகினிலே
இனிய உதயம்
சொல்வனம்
பதாகை
வாசகசாலை
மலைகள்.காம்
கீற்று
கொலுசு
காற்று வெளி
நடு (பிரான்ஸ்)

இரா. கவியரசு (1986)

பிறந்தது திருவாரூர் மாவட்டம் மன்னார்குடி அருகேயுள்ள உள்ளிக்கோட்டை கிராமத்தில்.

பெற்றோர் : M.K.ராஜேந்திரன் – கலாவதி

படித்தது மன்னார்குடி ராஜகோபாலசுவாமி அரசினர் கல்லூரியில் முதுகலை கணிணி அறிவியல்.

2013 முதல் சென்னை வாழ்க்கை. தற்போது திருத்தணியில் வசித்து வருகிறார்.

மனைவி : கீதா
மகள்கள் : கண்மணி, மகிழ்மதி

rajkaviyarasu@gmail.com
9566835938

நன்றி

கோ.மோகன் (ஆசிரியர்)
சீ.மோகன்தாஸ் (ஆசிரியர்)
இரா.மதிபாலா
மு.ஹரிகிருஷ்ணன்
இரா.பூபாலன்
நா.கோகிலன்
வேல்கண்ணன்
மு.சிபிகுமரன்
க.விவேகானந்தன்
செ.அறிவழகன்
கா.சிவா
மு.ச.சதீஷ்குமார்
ஜெ.விஜயகுமார்
சுசித்ரா மாரன்
கவிதா சரவணன்
சுபத்ரா ரவிச்சந்திரன்
ஜெ.பெரியார் செல்வம் (USA)
தே.ஸ்ரீதர் (Singapore)
விபீஷணன்
மற்றும்
தமிழ் மன்ற நண்பர்கள்

விளையாட வரும் பார்வையாளர்

ஆயிரக்கணக்கான பார்வையாளர்களையும் 22 ஆட்டக்காரர்களையும் கொண்ட கால்பந்து விளையாட்டில் எல்லோருடைய பார்வையும் கால்பந்தை நோக்கியே இருக்கும். தொலைக்காட்சி பார்வையாளர்களையும் சேர்த்தால் இந்த எண்ணிக்கை லட்சத்தை தாண்டும். இந்த கால்பந்தை போன்றது தமிழில் வரும் கவிதைத் தொகுப்பும். ஆனால், இங்கே பார்வையாளர்கள் கவிதை எழுதிக்கொண்டு இருப்பவர்களாகவும் எழுதப் போகிறவர்களாகவும் இருக்கிறார்கள். இது தமிழில் தொடர்ந்து நடந்தேறிக் கொண்டு இருக்கிறது. சென்ற ஆண்டு சென்னை புத்தகக் கண்காட்சி நடந்த நாட்களில் மட்டும் தமிழில் ஐம்பதுக்கும் மேற்பட்ட கவிதைத் தொகுப்புகள் வெளிவந்தன. இந்த கவிதைகள் எழுதித் தீர்த்தும் இன்னும் தீரவில்லை. உலகின் தொன்மையான மொழிக்கு இது கூட இல்லை என்றால் எப்படி என்று ஒரு வித தற்பெருமை கொண்டாலும் எதைப்பற்றி எழுதப்படுகிறது என்றும் எந்த விதமாக நுகரப்படுகிறது என்ற கேள்விகளும் எழத்தான் செய்கின்றன.

கவியரசு, எந்த கேள்விகளையும் பதிலையும் வைத்துக் கொள்ளாமல் கவிதையென்னும் கால்பந்தை உருட்டி விளையாண்டு பார்த்திருக்கிறார். கோல் போடுவதெல்லாம் பிறகு பார்த்துக் கொள்ளலாம். முதலில் உருட்டி விளையாடுவோம் என்று முடிவெடுத்து இருக்கிறார் என்று தோன்றுகிறது. சில இடங்களில் லாவகமாக சில இடங்களில் எளிமையாக தொட்டு இருக்கிறார். கவிதை என்னும் கால்பந்தினை எப்படி அணுகுவது என்று தெரிந்து கொண்டாலே போதுமானது என்று தன்னைத் தானே சமாதானப்படுத்தும் மனப்போக்கு அவரின் கவிதைகளை வாசிக்கும் போது தெரிகிறது. மரபு வழக்கை மெதுவாக திசை திருப்புகிறார் கவியரசு. பழைய வழியைத் தவிர்த்து அவர் அழைத்து செல்லும் இடம் கவித்துவமானது. இறந்தவர்கள் நட்சத்திரம் ஆவார்கள் என்று கூற்று உண்டு. ஆனால் கவியரசோ

“ஊரிலிருந்து வரும் இறப்புச் செய்தி

எனக்கும் ஊருக்குமிடையே

தினமும் ஓடும் ரயிலின் பெட்டியொன்றை

ரகசியமாக கழற்றி

கடலுக்குள் வீசுகிறது”

நட்பும் உறவும் ரயில் சிநேகம் என்றால் அவர்களின் இழப்புக்கு பின்னால் பெட்டி படுக்கையுடன் கழண்டு கொள்வது சரிதானே? அதனை ரகசியமாக கழற்றி கடலுக்குள் வீசுவது என்ற வரிகள் அவை ஏதேனும் ஒரு சமயத்தில் கரை ஒதுங்கலாம் என்ற தொனியில் அன்பு மீட்டெடுக்கப்படலாம் என்ற நம்பிக்கையை விதைத்துச் செல்கிறார்.

சிறுவயதில் ‘எல்லோருக்கும் படி அளந்து விடுவான் இறைவன். எந்த ஒரு உயிரும் ஒரு பொழுதும் பசியோடு இருப்பதில்லை, இறப்பதில்லை’ என்று நம்பிவந்த பல பக்திமான்களில் நானும் ஒருவன். பின், முகத்தில் மெய் ஞானத்தில் அறைந்தது யதார்த்தம். கவியரசு அப்படி ஓர் உலகினை 'பசியற்ற கடல்' கவிதையில், பசி இருந்தால் தானே படியளக்க வேண்டும் என பசியற்ற உலகினை பிஞ்சுக் கரங்களின் வருடலின் வழியாக அமைக்கிறார். “குழந்தை கடவுள்” மட்டுமே மெய் கூற்றாகவே இருக்கட்டும். சிறுவ/சிறுமியர்கள் பாலியல் வன்கொடுமை குறைகிறதா பார்க்கலாம்.

நிலமும் வானமும் உண்மையென்றும் அதில் தோன்றும் பிம்பங்கள் மாயை என்றும் உணர்த்தும் சித்தா(ர்)த்தங்களை உள்ளடக்கிய 'நதியெனும் மாலை' கவிதையில்

“வரி வரியாக உடலில் ஓடுவது

உயிரின் யாழிசைக் கம்பிகளல்லாமல் வேறென்ன?

உனது இசையை சிறிது கேட்கலாம்”

என்று நம்மிடையே எளிமையாக இசைக்கப்படும் இவ்வாழ்வை போற்றுவதற்கு தகுந்த ஒன்றாக மாற்றுகிறார்.

இந்திய தத்துவமரபில் ‘நாத்திகம்’ எப்படி ஒரு தவிர்க்க முடியாத அங்கமோ அதே போல இந்த மனித வாழ்வில் காமம் எல்லையற்றது. எல்லோருக்குமானது. ‘முறையற்ற உறவு..’ என்ற வார்த்தையே, முறைப்படி கிடைப்பதை கொடுப்பதை தவறுதலின் பின்விளைவாக வருகிறது.இக்காலத்தை ‘மெய் நிகர் காலம்’ (Virtual World) என்று சொல்லலாம். காமம் பற்றிய எண்ணங்கள், கற்பனைகள் காமத்தைவிட பல மடங்கு பெரியது. வள்ளுவம் ‘உள்ளக் களித்தலும் காண மகிழ்தலும்’ என்கிறது. இங்கே கவியரசு, ‘திரும்பி அமர்ந்திருப்பவளில்’ காண முடியாத முலைகளை காண முடியாததாலே,

“நூறு முறை ஆயிரம் முறை

இல்லாத முலைகளின் அளவுகளை

வரைந்து கொண்டே இருக்கின்றன”

என்கிறார். மேலும்,

‘மாடலிங் மனிதனில்”

“நினைவில் யாரையாவது

புணர்ந்து கொண்டே நடந்து செல்

உடல் எழுச்சியுடன் இருக்கும்”

என்கிறார். இந்த வரிகள் யோசிக்க வைத்தன. காமத்தில் எந்த அளவிற்கு மனம் கற்பனை செய்கிறதோ அதே அளவு உடலும் ஒத்துழைக்க வேண்டும். ஆனால் மனக்குதிரையின் ஓட்டம் ஒளியின் வேகத்திற்கு இணையானது. மற்ற நினைவுகளை விட புணரும் நினைவு எழுச்சியை தருகிறது என்று ஒப்புதல் வழியாக நடுத்தர வர்க்க நிலையில் காமம் பற்றிய நினைவு ஆபத்தானது என்பதை விட அபத்தமானது என்று சுட்டிக் காட்டுகிறார். இவ்விதமான தெறிப்புகளை தொகுப்பில் வெளிப்படுத்தினாலும் அதனை அடக்கியே வாசித்து இருக்கிறார். இதனை வெளிப்படையாகவும் கடந்தும் பேச கவிதை என்ற வடிவத்தை விட சிறந்த முறையில்லை என்பதை கவிஞர் உணர்வார் என்று நம்புகிறேன்.

வாலில் வெடி இணைக்கப்பட்ட குயிலொன்று விளம்பர இடைவேளையில் சத்தமற்று வெடிக்கும் செங்கண்களாகவும், தலைவலியிலிருந்து குருதி உறிஞ்சும் நாப்கின் வரையிலான தீராத வலியில் எந்த வலியை பாடப் போகிறீர்கள் என்று கேட்கும் கேசாதி பாதத்திலும், பறவைகளை வீட்டிற்குள் அடைப்பது சாத்தியமில்லை என்பதிலும் தன்னுடைய கவி மனதினை பதித்துச் செல்கிறார் கவியரசு.

தலைப்பு கவிதையான 'நாளை காணாமல் போகிறவர்'' என்பதில் ஒரு மனிதனின் இருத்தலை ஆதார் கார்டு, சிசிடிவி போன்ற எத்தனை தொழில் நுட்பம் கொண்டு இணைத்தாலும் தொலைந்து போவதற்கு கடைத்தெரு முக்கம் போதும் என்கிறார். கட்டுக்கடங்காத வெள்ளத்தில் அடித்துச் செல்லப்பட்டவர்களும், இதோ வீட்டில் முடங்க வைத்த 'கொரானா' நோயிலும் காணாமல் போய் கொண்டிருப்பவர்கள் ஏராளம். வல்லரசு ஆகப் போகிறோம் என்று பீற்றுவதில் பெருமை எதுவும் இல்லை. இந்த கவிதை எழுதிய காலம் வேறு. இன்று பொருந்தி வருகிறது. இது போன்று வரும் காலத்தில் கவிதைகளை எழுத, நிறைய வாசிக்கவும் கவி மனதினைப் பெறவும் வாழ்த்துகிறேன்.

தோழமையுடன்

வேல்கண்ணன்

■

முடிவிலியில் வளரத் துடிக்கும் வண்ணத்துப்பூச்சி

ஜன்னலுக்கு வெளியே ததும்பிக் கொண்டே இருக்கிறது சூரிய ஒளி. கைகளை நீட்டி அணைத்துக் கொள்ளும் போது விளையாட வரச்சொல்லி கால்களை இழுக்கிறாள் மகள். வீட்டுக்குள் இயங்கும் வாழ்க்கை சீக்கிரம் வா நிறைய வேலைகள் இருக்கின்றன என்கிறது. வெளியே நிற்கும் சூரியனும் நான் சீக்கிரமே நகர்ந்து விடுவேன் என்று என்னை அழைக்கிறது. நான் இருவரையும் விடமுடியாமல் மீண்டும் ஜன்னலோரத்தில் நின்று விளையாடிக் கொண்டிருக்கிறேன். அங்குதான் நான் எழுத விரும்பும் கவிதை அமைதியாக நின்று கொண்டிருக்கிறது. இயற்கையையும் வாழ்க்கையையும் இணைத்து முடிவிலியாக வரைந்து கொண்டிருக்கிறது காலம். அதை மேல்நோக்கிப் பறக்கும் வண்ணத்துப்பூச்சியாக மாற்ற நினைத்து சிறிது தூரம் பறந்து, பின்பு தோற்று, இருபுறமும் சுற்றி அடையாளம் தொலைத்து அலைவது கவிதைக்கு வாடிக்கையாகி விடுகிறது.

வெளியே மழை, புயல், பனி, தென்றல், எல்லாமும் மாறி மாறி வருவதைப் போலவே வீட்டுக்குள்ளும் குதூகலம், புன்னகை, பிரிவு, காயங்கள், வலிகள் எல்லாமும் குறைவில்லாமல் வந்து வந்து செல்கின்றன. எதுவும் நிலையில்லாமல் மாறிக் கொண்டே இருப்பதால் அது மாறும் கணங்களுக்காக காத்துக் கொண்டே இருக்கிறது கவிதை. என் கண்களால் எவ்வளவு முடியுமோ அவ்வளவு தூரம் பார்க்கிறேன். கடல் கொந்தளிப்பதை பார்க்கும் போதும் தூரத்தில் வந்து கொண்டிருக்கும் ஆழ்ந்த அமைதி தெரிந்தோ தெரியாமலோ என்னைச் சூழத் தொடங்கி விடுகிறது. அதனால் தான் வாளுக்கு பதிலாக விசிறிகளே அதிகமாக கைகளில் வந்து சேருகின்றன. அழுதாலும் உண்மையாக அழுதோம் என்பதில் கிடைக்கும் நிம்மதி வேறெதிலும் வருவதில்லை. கூடு விட்டுக் கூடு பாயும் வித்தை இன்னும் சரியாக வாய்க்காததால் அன்றாட நிகழ்வுகளைத் தாண்டி வெகுதூரம் பயணிக்க இயலவில்லை. வேலை சார்ந்து பெரும்பாலும் ரயில் பயணத்திலேயே இருப்பதால் கூட்டத்துக்குள் கிட்டும் தனிமை கவிதைக்காக காத்திருப்பதற்கு இடையூறு இல்லாமல் உதவி செய்கிறது. இந்தப் பயணம் எவரெஸ்ட் சிகரத்தை தொடுவதோ அல்லது மரியானா அகழியைத் தொடுவதோ அல்ல என்றும் மலையில் ஏறி இறங்கும் போதும், அலைகளோடு பேசிக் கொண்டு கால்களை நீருக்கு ஒப்புக் கொடுத்து விட்டு வான் நோக்கி நிற்கும்போதும் வரும் அமைதிக்கானது என்று மட்டும் புரிகிறது.

கல்லூரிக் காலத்தில் எழுதிய கவிதைகளைப் படித்துவிட்டு இதெல்லாம் சோறு போடாது என்று திட்டாமல் முதுகைத் தட்டிக் கொடுத்த அண்ணனின் கைகளை இந்த நேரத்தில் முத்தமிட்டுக் கொள்கிறேன். தையல் மிஷினின் சக்கரங்கள் வழியாக எங்கள் வாழ்வை முன்னகர்த்திய அப்பாவுக்கும், நான் என்ன செய்தாலும் ஏற்றுக்கொண்டு ஆதரித்த அம்மாவுக்கும், அன்பின் கண்ணீரை உவந்தளிக்கிறேன். வேலை மற்றும் பொருளாதார நிர்ப்பந்தங்கள் காரணமாக இடையில் எழுதுவதையே விட்டு விட்டேன். 2014 டிசம்பரில் ஒருநாள் நண்பன் பெரியார் செல்வம் திருவான்மியூர் கடற்கரையில் "உனக்கு மிகவும் பிடித்த ஒன்று நீ மறந்து விட்டாலும், ஒதுக்கினாலும் உன்னை விட்டுப் போகாது" என்று விளையாட்டாகச் சொல்ல அதற்குப் பிறகே மீண்டும் கவிதைகள் எழுத ஆரம்பித்தேன்.

2018 —ல் தமிழ் மன்றம் வாயிலாக எனக்குக் கிடைத்த என் தந்தையைப் போல நேசிக்கும் கவிஞர்.மதிபாலா அவர்களை சந்தித்த பிறகு கவிதைகளின் புதிய பாதையில் பயணிக்க ஆரம்பித்தேன். இன்றும் எனது கவிதைகளின் முதல் வாசகர் அவரே. என் கவிதைகளை விமர்சிக்கும் என் மீது அளவற்ற மதிப்பு வைத்திருக்கும் தமிழ் மன்றத் தோழமைகளுக்கு எப்போதும் நன்றி. வீட்டில் என் சிறுபிள்ளைத்தனங்களை பொறுத்துக் கொண்டு கவிதைகளுக்கு உயிரூட்டி என்னைக் காத்து வரும் மனைவி கீதாவுக்கு நிறைய அன்பு.

இந்தக் கவிதைகள் தொகுப்பாக வருவதற்கு என்னை விடவும் என் மீது நம்பிக்கை வைத்து இதை சாத்தியமாக்கிய தேநீர் பதிப்பகம் நண்பர் கோகிலன் அவர்களுக்கும், மனதுக்குப் பிடித்த வகையில் அட்டைப்படத்தை வடிவமைத்துக் கொடுத்த ஓவியர் சீனிவாசன் நடராஜன் அவர்களுக்கும் மற்றும் நூல் வடிவமைப்புக்கு உதவிய கோபு ராசுவேல் அவர்களுக்கும் மனமார்ந்த நன்றிகள்.

பெருகும் அன்புடன்

இரா.கவியரசு

பொருளடக்கம்

அலகிலா துவைத்தல்	15
காடாக மாறும் ஊர்	17
ஒளியுடன் பேசுதல்	19
குலதெய்வம்	20
மீன்களைக் கொல்லும் கடல்	22
கார்காலம்	24
கடலின் அமைதி	26
வீடுகளுக்குள் நுழையும் விமானங்கள்	28
தொப்பூழ்கொடி	29
ரகசியங்களை பாதுகாப்பவன்	31
மாடலிங் மனிதன்	33
திரும்பி அமர்ந்திருப்பவள்	35
நள்ளிரவு ஆம்புலன்ஸ்	37
விளையாட்டுத் திடல்	38
குருதி மணக்கும் நிலம்	40
நதியெனும் மாலை	41
வெயில் | நிழல் | இலை | மணல்	43
பியானோவைத் தழுவுதல்	45
அணுக்களால் ஆனது இவ்வுலகம்	47
வீடு	49
பசியற்ற கடல்	50
செங்கண்கள்	52
முழுமையாக வாழ்ந்துவிட்ட நாள்	54
மழை விற்பவன்	56
நினைவுக்குத் தப்பிய ஒரு சொல்	58
விசாரணை	60
வெடித்து அழுதல்	62
நீளமான உருளைக்கிழங்கு	64
நாளை காணாமல் போகிறவர்	66
கேசாதி பாதம்	67
கோடுகள் எண்ணும் குயில்	69
காற்றை நோக்கி செல்லும் பூ	70
சுவரொட்டி	72
சிவப்பு பிடிக்காத நகரம்	74
வைரம் பாய்ந்த மரம்	75
நித்தியத்தின் வாயில்	76
தாழ்ப்பாள் இல்லாத கதவுகள்	78
நல்ல பையன்	80
புரட்சியாளர்கள்	82
நெல்	84
அவர்கள்	86
கிணற்றில் குதித்து விளையாடுதல்	88
எறும்புகள் விசேஷமானவை	90
உள்சுழித்து வளரும் அலை	92
நள்ளிரவில் மலர்களோடு விழித்திருக்கும் மரம்	93
மலைப்பாதை	94
சாட்சி சொல்ல வந்தவன்	95

" Poetry surrounds us everywhere, but putting it on paper is, alas, not so easy as looking at it "
-
Vincent Willem Van Gogh

(Dutch Painter)

அலகிலா துவைத்தல்

வாஷிங் மிஷினுக்குள்
ஆடைகளை
திணித்துக் கொண்டிருந்தேன்
முதுகில் கும்முவது போலிருந்தது

அம்மாவின் கைகள் இழுக்க
நுரைத்துப் பொங்கும் கடலில்
ஆடைகளின் மீதமர்ந்து
மரணக்கிணறு சாகசங்களை ஆரம்பித்தேன்

ஆடைகளை வீசிக் கொண்டே இருந்தார்கள்
முதுகில் அமர்ந்து கும்மியபடியே
விசிலடித்துக் கொண்டிருந்தாள் அம்மா

இடது பக்க ஆறு கைகளில்
வாங்கிய ஆடைகள்
கண் சிமிட்டுவதற்குள்
வலது பக்க ஆறு கைகளில்
புதிதாக இருந்தன

சுழலும் கடலை நிறுத்தி விடுங்கள்
என கெஞ்சினேன்

உடுக்கை ஒலிக்கத் தொடங்கியதும்
உற்சாகமாக
அலகிலா துவைத்தல்
ஆடிக் கொண்டிருந்தாள்

உப்பு அரித்த
நீண்ட கைரேகைகளில்
பூமியின் அழுக்கெல்லாம்
நதியென ஓடிக் கொண்டிருந்தது

கரைகளில் எழுந்த
துணி துவைக்கும் பேரொலி
பால்வெளியை
கலங்கடிக்க ஆரம்பித்தது

அம்மா சோர்வுற்று தூங்கிய போது
வாஷிங் மிஷின் கதவை
உடைத்துக் கொண்டு வெளியேறினேன்
முதுகில் கும்முவதற்காக
மிக நீண்ட வரிசையில் காத்திருந்தவர்கள்
வா மகனே வா
என சூழ்ந்து கொண்டனர்

காடாக மாறும் ஊர்

ஊரிலிருந்து வரும் இறப்புச் செய்தி
எனக்கும் ஊருக்குமிடையே
தினமும் ஓடும் ரயிலின் பெட்டியொன்றை
ரகசியமாக கழற்றி
கடலுக்குள் வீசுகிறது
இறந்தவர்
பெட்டிக்குள் இருப்பதால்
எவ்வளவு விரைவாகச் சென்றாலும்
பார்க்க முடிவதில்லை
பெட்டி முழுவதும்
அவர் பேசியது
ஒலித்துக் கொண்டே இருக்கிறது
“ஊருக்கு அடிக்கடி வராதவன்
நினைவின் தண்டவாளத்தில்
தினமும் ஊரை ஓட்டுகிறவன்”
கருப்புப் பெட்டியைத்
தேட முடியாத அளவுக்கு
கொந்தளித்துக் கொண்டிருக்கிறது கடல்
ஊரின் சாலைகள் மேல்
புதிய சாலைகள் வளர்ந்து விட்டதால்
நாங்களிருவரும் நடந்த பாதை
ஆழத்தில் உறைந்திருக்கிறது
அவரை எங்கிருந்தாவது
தோண்டியெடுக்க வேண்டுமென
இளைப்பாறிய மரங்களிடம் செல்கிறேன்

பழைய வீடுகள் இடிக்கப்பட்ட தெருவில்
காட்டை வளர்க்கின்றன
புதிய மரங்கள்
வாய்க்கால் பாலத்தின்
சுவர்களில் எழும் சிரிப்பொலிகள்
பின் தொடர்ந்து வந்து தோள்களைத் தடவுகின்றன
மயானத்திலாவது
அவரைக் கண்டுவிடலாமென்று
வேகமாக ஓடுகிறேன்
அங்கு
இன்று காலையில்
புதிதாக இறந்தவர்
எரிந்து கொண்டிருக்கிறார்
நான்
இவருக்காக மீண்டும்
ஊருக்குள் செல்லும் போது
ஊர் முழுவதுமே
காடாக மாறிக் கொண்டிருக்கிறது

ஒளியுடன் பேசுதல்

புதிதாகப் பிறந்திருக்கும்
குழந்தையின் வீடு தேடி
வெகுதூரம் பாய்ந்து வருகிறது
முற்றாத ஒளி
ஓடுகளிடையே சிரித்துக் கொண்டிருக்கும்
கண்ணாடியின் மீதேறி
குழந்தை விழித்ததும்
தவழ்ந்து நுழைகிறது
கடைவாயில் பால் உமிழும் குழந்தை
ஒளியின் திசையை சுழல வைத்து
இருளின் கதையைச் சொல்ல
அறையெங்கும் அமர்கிறார்கள்
அதன் தோழர்கள்
கால்களை உதைத்து
மெல்லிய ஒலியில்
குழந்தை சொல்லும் கதை
கண்ணாடி வழியே
ஒளி ஒளி ஒளி ஒளி
ஒளி ஒளி ஒளி ஒளி
ஒளி ஆண்டுகள் கடந்து
பயணித்துக் கொண்டே இருக்கிறது
அந்த முனையிலிருந்து வரும் கைத்தட்டல்
வயிற்றில் பால்வெளியை நிரப்புகிறது
பஞ்சுமிட்டாயின்
நுண்ணிய இளஞ்சிவப்பில்
ததும்பி அலையும் ஒளி
இருளை அணைத்துக் கொண்டு
தன் கதையைச்
சொல்லத் தொடங்குகையில்
எல்லாமும் தானாகவே மாறிவிடுவதால்
தோற்றுப் போய்
குழந்தையின் கால் விரல்களில் துடிக்கும்
நரம்புகளின் பச்சையை
முத்தமிட்டுக் கொண்டிருக்கிறது

குலதெய்வம்

துருப்பிடித்த கலப்பையை
நிலத்துக்குள் புதைத்திருந்தோம்
வரப்போர மரத்தில் தொங்கும்
விதை நெல் மூட்டையிலிருந்து
வழிந்து கொண்டே இருந்தது மழை
கலப்பையை புதைத்த இடத்தில்
செங்கற்கள் அடுக்கி
குலதெய்வமாக மாற்ற ஆரம்பித்தோம்
வளர்ந்த புற்றில் நுழைந்த பாம்புகள்
பால் ஊற்றி வைக்க யாருமில்லாததால்
ஆடுகளைக் கொத்த ஆரம்பித்தன
புயலடித்த மறு வாரத்தில்
கலப்பையைக் காணவில்லை
ஆழத்தில் வேறொரு வயலை
உழுது கொண்டிருந்தது
அங்கே எப்போதும் நிறைந்திருக்கும் நீரில்
தலைகீழாக வளர்ந்தன தானியங்கள்
அறுவடைக்காக முதியவர்களைப்
புதைக்க ஆரம்பித்தோம்
நிலமெல்லாம் வளர்ந்து நின்றன கதிர் அரிவாள்கள்
குலவையிட்ட படி ஊர்மகளிர்
வயலுக்குள் இறங்கிய போது
முகம் காட்டியது கலப்பைச் சாமி
சாமி
நிலம் உடைத்து வெளியேறும் போதெல்லாம்
மக்கிப்போன பத்தாயத்தை விறகாக்கி
பொங்கல் வைப்போம்

அப்போது சன்னதம் வந்து ஆடுபவன்
வெறும் கால்களால் வயலை உழுவான்
மண்கிழித்துப் பெருகும் குருதியை
கலப்பைச்சாமிக்குப் படையலிடுவோம்
அந்த ஒரு நாள் தவிர
வயலில் யாரும் கூடுவதில்லை
குலதெய்வம் இருப்பதால்
வீடு கட்ட வயல் வாங்க வந்தவர்கள்
ரத்தம் கக்கிச் சாவார்கள் என்று
புராதனக் கதை
காற்றில் சுற்றி மிதந்த ஊரில்
தண்ணீர் வராத
ஆற்றுப் பாலத்திலிருந்து
நாங்கள்
மீண்டும் மீண்டும்
குதித்துக் கொண்டே இருந்தோம்

மீன்களைக் கொல்லும் கடல்

பறையடிக்கும் போது
துள்ளிய மீன்களுக்கு
எந்தத் தெருவின்
கடலுக்குள் நுழைவதென
மிகப்பெரிய குழப்பம் வந்துவிட்டது

ஊரின் நடுவேயுள்ள கடலை
அவ்வளவு நேர்த்தியாகப் பிரித்திருந்தார்கள்
வீட்டின் வாசல்களில் மிதந்த திண்ணைகளில்
சிரித்துக் கொண்டிருந்தன கம்பி வலைகள்

அழகாகத் துள்ளி ஆடினாலும்
மீன்கள் நாறும் என்பதால்
வீடுகள்
ரகசியமாக
கடலுக்குள் மூழ்கி யோசித்து
ருசிக்காக மட்டும் ஏற்றுக் கொண்டன

இசை நகர்ந்து
வேறு கடலுக்கு சென்றதும்
வீட்டுக்குள் நுழைந்த மீன்கள்
உள்ளே ததும்பும் கடல்
பல்வண்ண அடுக்குகளாக
பிரிந்திருந்தது கண்டு
செவுள்கள் வீங்க அழுதன

மீன்களைத் தடவியபடியே
துள்ளலின் போது முறுக்கிக் கொண்டிருந்த
நரம்புகளின் வேரை அவிழ்த்த வீடுகள்
வாய்க்குள் கைவிட்டு
முதுகெலும்பை உருவி
உருள விட்டு ரசித்தன

தவழும் மீன்களையே
ஊரின் நடுவேயுள்ள கடல்
எப்போதும் விரும்பியது

பசி வந்ததும்
கதவை மூடிய வீடுகள்
மீன்களின் கதறலை
இசையென்று அறிவித்த போது
நிம்மதியில்
மலர்ந்து கொண்டிருந்தது பெருங்கடல்

கார்காலம்

தலையை ஒளித்துக் கொள்ளும்
குடையணிந்து செல்பவர்களின்
கால்களைக் கவ்வி ஏறுகிறது மழை
உழுத வயலில் இறங்கி
தூங்கும் விதைகளின் வயிற்றில்
முட்டி முட்டி நிரம்புகிறது உயிரின் பாடல்
வளைந்த கொம்புகளில் தாமரை சூடி
குளத்தை ததும்பச் செய்யும் எருமைகளை
கரையிலிருந்து குதிக்கும் சிறார்கள்
ஓட விடுகிறார்கள்
ஒளியைக் குடித்து
குளிர் புகையாய் ஊதும் இருள்
மண்வாசனையோடு
நுழைகிறது வீடுகளில்
தேநீர் இன்னும் தயாராக வில்லை
முற்றத்திலிருந்து தெறிக்கும் துளிகள்
பல்லாங்குழியிலும் தாயக் கட்டங்களிலும்
மாறி மாறி விளையாடுகின்றன
வெளியே தனித்தலையும் மழை
வெவ்வேறு உருவங்களாக
வீட்டுக்குள் நடக்கிறது
அம்மா குளிர்ந்திருக்கிறாள்
அப்பா வாசனை கசிகிறார்
அக்கா தளும்பிக் கொண்டே இருக்கிறாள்
ஒழுகும் வீடென்பதால்
எல்லா மழையும்
ஒன்றாக சேர்ந்து மூச்சு விடுகிறது

சதுரங்க சேனைகளைப் போல
கூரையிலிருந்து சொட்டும்
மழையில் முகிழ்த்து
உள்ளே நுழையும் கார்காலம்
தாவரங்களை அழைத்து வருகிறது
ஆட்டுக்குட்டிகளும் வந்த பிறகு
கதவை அடைக்க முடியாமல்
மழையாகவே மாறுகின்றன
எல்லா வீடுகளும்

கடலின் அமைதி

அவனுக்கு
கடல் மட்டுமே தெரியும்

எவ்வளவு அலைகளைத்தான்
தொடர்ந்து அடுக்குவாய் என
சலித்துக் கிடந்தது கரை

அவனுக்கு
கடல் மட்டுமே தெரியும்

தீரா உப்பைத் திணித்தே
கொன்று விடுவாய் போலிருக்கிறது
புலம்புகின்றன மீன்கள்

அவனுக்கு
கடல் மட்டுமே தெரியும்

எத்தனைக் காதல்களால்
கிளிஞ்சல்களை
உடைத்துக் கொண்டே இருப்பாய்
கை வலிக்கவே வலிக்காதா
என்றது மணல்

அவனுக்கு
கடல் மட்டுமே தெரியும்

ஒரு "அ" எழுதினால்
போதாதா
இவ்வளவு பெரிய கவிதைகள்
தேவைதானா என்றன
கப்பல்களும் படகுகளும்

அவனுக்கு
கடல் மட்டுமே தெரியும்

கடல்
அமைதியாக
பதில்களற்று இருந்தது
அப்போது
எவ்வளவு பெரிய அமைதி

வீடுகளுக்குள் நுழையும் விமானங்கள்

தாழப் பறந்த விமானம்
தெருவுக்குள் நுழைந்த போது
இடிந்த வீடுகளை மறந்து விட்டு
உற்சாகத்தில் மேலே ஏறி குதித்தோம்
இறக்கைகளின் பணிவுக்கு
சொத்தெழுதி வைக்கலாம் என்றான் நண்பன்
விமானத்தின் மூக்கை முட்டிய பறவை
வயிறு குலுங்க சிரித்தபடி
காணாமல் போன கூட்டைத் தேடியது
அதே நிறத்தில்
அதே உயரத்தில்
இன்னொரு விமானம் நடந்து வந்து
எங்களை அழைத்து
உள்ளே சுற்றிக் காண்பித்தது
விமானத்தின் உபசரிப்புக்கு
உயிரையே கொடுக்கலாம் என்றேன்
விமானங்கள் எதற்காக இறங்கின
யோசிக்கும் முன்பாகவே
தொடங்கியிருந்தது மாடுகளின் சண்டை
கொம்புகள் மோதிக் கொள்ளும் ஓசையை
இருபக்கமாக நின்று ரசித்தோம்
என் பக்க மாடு
நண்பனின் விலாவில் குத்தியது
விசிலடித்த கூட்டத்தைக்
கலைத்த மாடுகள்
கட்டித் தழுவியபடி நகர்ந்த போது
விரட்டியடிக்க
தெருவில் கற்களே இல்லை
மார்பிள் சதுரங்களை
பதித்துக் கொண்டிருந்தவர்கள்
விமானங்களுக்கு
சேறு நிறைந்த பாதைகள்
உகந்தவை அல்ல என்றார்கள்

தொப்பூழ்கொடி

நீருக்குள் அமிழ்த்திய பனைவிசிறி
தெளிக்கும் காற்றில் விரிகின்றது
கால்சட்டைகள் அவிழ்ந்து விழ
நுங்கு வண்டிகள் விரைந்தோடும் வீதி
சோளக்களியிலிடும்
கருப்பட்டித் துண்டுகளை
வாய்க்குள் அதக்கும் சிறுவனின்
கன்னத்தைக் கிள்ளும் மூதாட்டி
கொட்டாங்குச்சி ததும்ப சீம்பால் திரட்டு தருகிறாள்
நஞ்சுக்கொடி மறைத்துத் தொங்கும்
ஆற்றங்கரை மரத்தில்
கூடு கட்டும் காகம்
கன்றுடன் விளையாடுகிறது வயலில்
பதனீர் விற்பவரின்
வண்டியின் பின்னால்
புழுதி பறக்க ஓடிவரும் சிறார் கூட்டம்
கள்ளருந்தும் தந்தைகளின்
அடிக்கு பயந்து கலைந்து செல்கிறது
சுட்ட பனங்கிழங்குகள் விற்கும் ரயிலில்
தூரத்திலிருந்து தெரியும் பனைமரங்கள்
வற்றிய ஏரியிலும் வளருகின்றன
தோலுரித்து உண்ணும் பொழுதில்
உள்நாக்கில் சுடுகிறது பழங்கோடை
பனங்கல்கண்டு இருமலுக்கு நல்லது
நுணுக்கும்போது ஊரை உடைத்து
இனிக்கும் வீதிகளை வயிற்றில் செரித்துக்
கழித்து விட்டு அழுத்தும் பொத்தானில்
பொங்கிப் பாயும் நீரில் மறைகிறது ஆறு

பனைமரங்களை வெட்டிவிட்டால்
தொப்பூழில் சுழலும் தாயின் மூச்சை
நிரந்தரமாக நிறுத்தி விடலாமென்று
இரும்புக்குரலொன்று
தினமும் ஓதுகிறது கனவில்
வெட்ட வெட்ட வளரும் செதில்கள்
ஒவ்வொரு எலும்பிலும்
பொத்திப் பாதுகாக்கிறது
பனையை

ரகசியங்களை பாதுகாப்பவன்

"ரகசிய அறிக்கைகளை
யாரோ படிக்கிறார்கள்"
தூரத்திலிருந்து வருகிறது விசில்
துடிக்கும் விலாவில்
சிறுத்தையை வரைகிறது அட்ரீனலின்
இறங்கும் லிப்டிலிருந்து
மேலே வருகிறது
ரகசியங்களின் புகை

ஓடு! ஓடு!
துரத்துகிறது சிறுத்தை
யாருமற்ற தரைதளத்தில்
பூந்தொட்டிகளை ஏற்றுபவர்கள்
பூக்களை நீட்டுகிறார்கள்

மெல்லிய ஒலியெழுப்பும்
ஜெராக்ஸ் மிஷின் அறைக்குள்
திறந்திருக்கும் கண்ணாடித்திரையில்
கமழ்கிறது ரகசியங்களின் வெப்பம்

கண்களை உள்ளே வைத்து
பச்சை ஒளியை நகர விடுகிறேன்
மீண்டும் மீண்டும்
கண்களின் நகல்களே கிடைக்கின்றன

இடைவிடாமல் ஒலிக்கிறது தொலைபேசி
ரகசியம் பேசும் குரல்வளைகளை மூடி
ஒவ்வொரு ஒலியாகத் துண்டிக்கிறேன்
நிசப்தத்தில் ஏதோ பரிமாறப்படுகிறது

ரகசியங்களை பாதுகாக்க ஆரம்பித்த பிறகு
இம்சிக்கின்றன வளைவுகள்
ஒவ்வொரு முறையும்
யாரோ ஒருவர்
பின்தொடர்ந்து வந்து கொண்டே இருக்கிறார்

உறக்கத்திலும் சுழலும் சைரன்
கனவுகளில் ரகசியங்களைப் பேசும்
பிடிக்கமுடியாத முகங்களை நோக்கி
ஓடிக்கொண்டே இருக்கிறது

ரகசியங்களால் சோர்வுற்று
தூங்க மடி தேடுகிறேன்
"ரகசியங்களை உருவாக்கியவர்கள்
காகிதங்களை அழிக்கும்
மிஷினுக்குள் நுழைந்து
ரகசியங்களை அழித்து விட்டு வா"
என்று ஆணையிடுகிறார்கள்

மாடலிங் மனிதன்

நடந்து வருகிறான்
மாடலிங் மனிதன்

கழற்றி வைக்கப்பட்ட உயிர்
அவனைத் தேடி அலைகிறது
ஒப்பனை அறையில்

உள்ளாடைக்கான மாடலை
கேமிராவுக்காக பளபளப்பாக்குகிறார்கள்
எல்லா இடங்களிலும் தொடுவதால்
சிரித்துக் கொண்டே இருக்கிறான்

சிகையலங்காரம் செய்பவள்
மார்புக் காம்புகளை கூர்தீட்டுகிறாள்
பொங்க வேண்டும் ஒவ்வொரு தசையும்
கூட்டத்தில் பார்க்கும் கண்களை
நீ பார்க்கவே கூடாது என்கிறாள்

உள்ளாடைக்கான மாடல்
நடந்து செல்லும் போது
உடல் தூங்கவே கூடாது
கணினி வழியே அறிவிக்கிறான்
ஆடையை வடிவமைத்தவன்

மாடலிங் மனிதனுக்கு
எல்லாமும் விசித்திரமாக இருக்கிறது
சூழலைப் புரிந்து கொள்ளாத உடலைத்
தட்டித் தட்டி சோர்ந்து
திட்டு வாங்கியபடியே
ஓய்வறைக்குச் செல்கிறான்

காதில் ரகசியமாக
ஒரு உபாயம் சொல்லப்படுகிறது
“நினைவில் யாரையாவது
புணர்ந்து கொண்டே நடந்து செல்
உடல் எழுச்சியுடன் இருக்கும்
பார்வையாளர்கள் அசந்து போவார்கள்”

துடிப்புகளாக நகரும் மேற்கத்திய இசை
பிரவாகமெடுக்கும் தருணம்
உள்ளாடைக்கான மாடலைப் பார்த்து
பொங்கும் விரல்களை
ஆடைகளுக்குள் ஒளிக்கிறார்கள்

வாவ்!
பேரொலி எழுந்து
கைத்தட்டலுடன் திரும்பும் வளைவில்
திடீரென நின்று விடுகிறது
நினைவில் புணர்தல்

சுருங்கும் உடல் பார்த்ததும்
ஓடி வந்து கோட் மாட்டுகிறார்கள்
குளிர்கால ஆடைக்கு மாறியபடி
பக்கத்து அரங்கில்
நடந்து செல்கிறான்
மாடலிங் மனிதன்

திரும்பி அமர்ந்திருப்பவள்

முதுகைக் காட்டியபடி அமர்ந்திருப்பவளின்
நிர்வாண ஓவியத்தில்
எப்போதுமே தெரிவதில்லை முலைகள்

துருத்திக்கொண்டிருக்கும் முதுகெலும்புக்குள்
ஆர்வமுடன் துழாவும் கண்கள்
நூறு முறை ஆயிரம் முறை
இல்லாத முலைகளின் அளவுகளை
வரைந்து கொண்டே இருக்கின்றன

இடுப்புக்குக் கீழே
மணலுக்குள் புதைந்திருக்கிறது
எலிகளாக மாறும் விரல்கள்
கொறித்துக் கொண்டே இருக்கின்றன
நுண்சதை வண்ணங்களை

முன்பக்கத்தை
வேடிக்கை பார்க்கும் சூரியனுக்கு
எந்தவிதக் கற்பனையும் வரப்போவதில்லை
தங்கமென மின்னும் உடலில்
நீர்த்துளியாக உருள
தவமிருக்கும் மணற்துகள்கள்
வயிற்றுக்கு அடியில்
வெறுமனே அமர்ந்திருக்கின்றன

தலை குனிந்திருப்பது
கைகள் ஒடுங்கியிருப்பது
இடுப்பை விரித்திருப்பது
எல்லாமும் உங்களுக்கு
புணர்ச்சிக்கான அழைப்பாகத் தோன்றுகிறது

ஒளியைப் போல
பயணித்துக் கொண்டே இருக்கும்
முடிவற்ற அவளது முன்பக்கம்
தொடமுடியாத இருளால்
நிரம்பியிருக்கிறது

ஆப்பிளை உருட்டி
அவளைத் திரும்புமாறு அழைக்கிறீர்கள்
முன்பக்கத்திற்காகக் கெஞ்சி அழுகிறீர்கள்

திரும்பாமல்
அவ்வளவு பிடிவாதமாக
என்னதான் செய்கிறாள்

ஒருவேளை
இறந்து கொண்டிருக்கும் அவளது உடலை
வேடிக்கை பார்த்துக் கொண்டிருக்கிறாளோ

நள்ளிரவு ஆம்புலன்ஸ்

இடைவெளி இல்லாமல்
கூடிக் கிடக்கும் உடல்களை
சட்டென்று பிரித்துப் பாய்கிறது
ஆம்புலன்ஸ் சைரனின் சிவப்பொளி
திகிலடையும் நள்ளிரவின் பாதை
வேர்களை எழுப்புவதால்
அயர்ந்துறங்கும் பறவைகள்
நெஞ்சிலடித்துக் கொள்கின்றன
இலைகளில் துடிக்கின்றன இதயங்கள்
நகரத்தின் கடைசியாகப் பூட்டப்படும்
தேநீர்க் கடை வாசலில் நிற்பவன்
இறப்பிலிருந்து தப்பிக்கும் படகு
ஆவி பறக்கும் குவளைக்குள் இருக்கிறதா
உற்றுப் பார்க்கிறான்
சர்க்கரை தின்ற எறும்பொன்று
செத்து மிதக்கிறது
அத்தனை கொடிய தருணத்திலும்
நடைபாதையில் உறங்குபவர்களின் காமத்தை
அனுமதியற்று நுகருகிறான்
ஆம்புலன்ஸிற்காக வழி விடுகிறவர்கள்
இறப்பிலிருந்து விலகி
வாழ்வின் வாகனக் கரங்களை
இறுக்கமாகப் பிடித்தபடி
வீட்டுக்குத் திரும்புகிறார்கள்
சைரன் ஒலி
தூங்கும் சகல ஜீவராசிகளையும்
உலுக்கி எழுப்புகிறது
எல்லோர் ரத்தத்திலும்
அப்போது
ஓடிக் கொண்டிருக்கிறது
ஆம்புலன்ஸ்

விளையாட்டுத் திடல்

நிலத்தை அளக்கும் நாளில்
நடுவில் அமர்ந்திருக்கிறார் தந்தை
நடுங்கிக் கொண்டிருக்கும் விரல்களை
வந்து வந்து எண்ணிவிட்டு
பின்னோக்கி செல்கின்றனர்
அண்ணனும் தம்பியும்
எல்லைக்கோடு பிரியுமிடம் புதிராக இருக்கிறது
பின்னிக்கிடக்கும் பாறைகளை
சுத்தியலால் பிளந்தபின்பு
பச்சைக் கொடிகளை
பிய்த்து எறிகிறார் சர்வேயர்
கமழும் புதுவாசனைக்கு பயந்து
ஆட்டுக்குட்டிகள்
சப்தமெழுப்பாமல் ஓடுகின்றன
முன்புக்கு முன்பு
புதைத்த எல்லைக் கல் தேடி
எல்லோரும் அலைகிறார்கள்
குழந்தைகள்
வழக்கமாக சில்லுக்கோடு ஆடுமிடத்தில்
வெகுநேரம் தோண்டியபிறகு
மீட்டெடுக்கப்படுகிறது எல்லைக் கல்
நிலம்
அவ்வளவு எளிதாக
பிரிய மறுக்கிறது
கூரான கருவியால்
ஆழமான கோடு வரைகிறார் சர்வேயர்
இருபுறமும் ஒதுங்கும் மண்ணை
முத்தமிடுகிறார்கள் சகோதரர்கள்

குத்திட்டு அமர்ந்திருக்கும்
தந்தையின் கால்களுக்கு இடையில்
பிளந்து நிற்கிறது பூமி
குழிகளில்
கற்களை புதைப்பதற்காக
சகோதரர்கள் விரையும் போது
வளைந்து வளைந்து ஓடும் தந்தை
முள்வேலி கட்டியபிறகு
இறகுப்பந்தாக மாறுகிறார்
எல்லை கட்டிய நிலங்கள்
வலுவாக அடித்து விளையாடும் போது
அலறி விரியும் பந்து
பறவையின் இதயம் போலத் தெரிவது
எனக்கு மட்டும்தானா?

குருதி மணக்கும் நிலம்

நிலத்தின் வாசனையை
ரயில் ஜன்னல் வழியாக
முகர விரும்பியவர்களுக்காக
கிழித்த அம்மாவின் புடவையில்
மண்ணைக் கட்டி விற்றேன்

மண்ணை முகர்ந்தவர்கள்
வயல் சேற்றில் கால் புதைத்து
கனவுக்குள் மிதந்தார்கள்
குறிப்புகள் எழுதத் தொடங்குவதற்காக
மூட்டைகளை கொட்டச் சொன்னார்கள்

தெரியாமல் நுழைந்து விட்ட நெல்லால்
எல்லாமும் பிசகி விட்டது
தானியங்களற்ற
தூய நிலத்தின் வாசனைதான் வேண்டுமென
அடித்து வெளியேற்றினார்கள்

அன்றிரவு முழுவதும் வயலில்
மண்ணிலிருந்து நெல்லை
பிரித்துக்கொண்டே இருந்தேன்
வாசனைக்காக மண்புழுக்களைக் கொன்றேன்

புதிய மூட்டைகளில்
குருதி மணக்கும் நிலத்தை
விரும்பி முகர்ந்தவர்கள்
தானியங்களற்ற நிலத்தில்
மண்புழுக்களின் குருதி
அதீத வாசனை தருகிறது என குறிப்பு எழுதினார்கள்

அடுத்த ரயில் வரும் நேரம்
வீட்டிலிருந்து அழைத்துக் கொண்டிருந்தது
அப்பாவின் வேட்டி

நதியெனும் மாலை

நீ
நதியை
மாலையாக அணிந்திருந்த போது
வீட்டுக்குள் உன்னை அழைத்து வந்தேன்
அன்றிலிருந்து இன்றுவரை
உயிர் வற்றவே இல்லை
நதிக்கு அருகில் இருக்கவே விரும்புகின்றன
தாவரங்களும் குட்டி விலங்குகளும்
ஒவ்வொரு முறை மூழ்கி எழும் போதும்
உதிரும் மலர்களை
கரையில் காய வைக்கிறேன்
சருகுகள் எரியும் போதும்
அடியிலிருந்து பாயும் ஊற்றால்
மீளவும் மலர்கின்றன மலர்கள்
வானக்கருப்பையில் முட்டி மோதும்
உயிர்ப்பட்டத்தின் வால்
அசைந்து கொண்டே இருக்கிறது
நதியின் ஆழத்துக்குள்
பாசிகளும் மீன் குஞ்சுகளும் ஊற்றெடுக்கும் காலம்
வானத்தின் குரலிலிருந்து கசிகிறது
இளவேனில் மரங்களின் குளுமை
துவைக்கவும் குளிக்கவும் என்று
நீரைப் பயன்படுத்த மட்டுமே அறிகின்றன
குட்டி விலங்குகள்

கோடையில்
நீ காய்ந்து உறங்கும் போதும்
வரி வரியாக உடலில் ஓடுவது
உயிரின் யாழிசைக் கம்பிகளல்லாமல் வேறென்ன?
இதயத்தை ஆழமாகப் புதைத்தால்
உனது இசையை சிறிது கேட்கலாம்
மாறும் பிம்பங்களை
அழித்தழித்து விரட்டுவதால்
வானத்தைத் தவிர
உனக்கு
நிரந்தர முகம் ஏதுமில்லை
காற்றையும் எடுத்துக் கொண்டு நகருகிறேன்
சிறிது காலம் அலைகளற்று ஓய்வெடு
உயிர் கெட்டிப் பிடித்தாலும்
உன் இருப்பால்
நாங்கள் நன்றாகவே இருப்போம்

வெயில் / நிழல் / இலை / மணல்

வெயிலும் இலைகளும் பேசுவதை
அப்படியே பேசுவதில்லை
நிழலும் மணலும்

வெயிலிடம் கோபித்துக் கொள்ளும் இலைகள்
முகம் தொங்கி திரும்பும் போதும்
நிழல்
உற்சாகமாக கதை சொல்லும்
மணலுக்கு எல்லாமே
வாங்குதல்தான்

வெயில்தான்
கீழே
நிழலாக இருக்கிறது
கரைகின்ற காகங்கள்
இலைகளில் மொழி பூக்கும் பருவத்தில்
மணலிடம் உண்மை சொல்லாமல்
பறந்து செல்கின்றன

இரவுகளில் உருகும் உறைந்த நிழல்
மணல் மீது பனியைத் தடவிய படியே
முதுகில் அழுது கொண்டிருக்கும்
வெயிலை ஒளித்துக் கொண்டு
இலைகளுடன் காலையில் பாடிய பாடல்களில்
கொஞ்சம் சுதியேற்றிப் பாடுகிறது

மணலோ
நேரடியாக இலைகளுடன் பேசத் துடிக்கிறது
நிழலை வெயிலிடம் அனுப்பி
இலைகளை அழைத்து வரச் சொல்கிறது

வெயிலும் நிழலும்
ஒருவரையொருவர் பார்த்துக்கொண்டு
அசையாமல் நிற்கிறார்கள்

காற்றின் தயவால்
சுழன்று விழுகின்ற இலைகள்
மணலின் மடியைச் சேரும் போதெல்லாம்
நாவற்றதாகவே இருக்கின்றன

பியானோவைத் தழுவுதல்

நாங்கள் தேநீர் குடித்து விட்டு
கேபினுக்குள் நுழைந்த போது
எரிந்து கொண்டிருந்தது கணிணி
அடுத்த மாதம் முதல்
உங்களுக்கு வேலை இல்லை
கூவியது ஒலிப்பெருக்கி
நெருப்புக்கு பசியாக இருக்குமென்று
பிஸ்கெட் பாக்கெட்டைப் பிரித்தேன்
சட்டைப்பையில் பற்றிய தீயில்
உண்டியலில் இருந்து எடுத்து வைத்திருந்த
நூனூறு ரூபாய் பாதி எரிந்து விட்டது
குளிரூட்டும் வசதி இருந்ததால்
பியானோவின் அறைக்குள் அவசரமாக நுழைந்தோம்
அங்கிருந்துதான்
மொத்த நெருப்பும்
குபீரெனக் கிளம்பிக் கொண்டிருந்தது
தேநீர்க் கடையின் முன்பு நின்றுகொண்டிருந்த
பியானோவின் வாகனம்
வெடித்துச் சிதறிய போது
வீட்டில் சிலிண்டர் தீர்ந்து விட்டதாக
அழைப்பு வந்தது
அன்று மதியம் ஆகாயத்தில்
நூறு சிலிண்டர்கள் வெடித்துச் சிதறின
செல்ல மகளுக்கு
தோசை மிகவும் பிடிக்கும்

தீப்பிடித்த உளுந்து மூட்டை லாரிகள்
வங்காள விரிகுடாவுக்குள் விரைந்தன
தீயணைக்க வந்தவர்கள்
பீய்ச்சி அடித்த தண்ணீரால்
நெருப்பை விட்டுவிட்டு
எங்களை ஓட ஓட விரட்டினார்கள்
நாங்கள் நெருப்பில்தான்
வெந்து கொண்டிருந்தோம்
ஆனாலும்
நடுத்தெருவில் நிறைய பியானோக்கள்
மென்மையாக இசையெழுப்பிக் கொண்டிருந்தன
ஒரு பியானோவை பற்ற வைத்து
எரியும் அதன் மடியில்
முகம் புதைத்து தூங்க ஆரம்பித்தேன்
எனது வீட்டில்
தோசைக்காக
என்னைத் தேடிக்கொண்டிருந்தார்கள்

அணுக்களால் ஆனது இவ்வுலகம்

எரியும் மீன் வயிற்றுக் குருதியில்
வறுக்கப்பட்ட குட்டிக் கருவாடுகள்
ஏற்றுமதி செய்ய உகந்தவை
அதோ!
கப்பலில் அசையும் கொடி
கரைகளுக்கு உத்தரவு பிறப்பிக்கின்றது
உப்பில் அரிக்கப்படாத துப்பாக்கி ரவைகளை
மீன்களின் வயிற்றிலிருந்து எடுத்து
பழைய இரும்புக் கடையில்
எடை வைக்கும் போது
இடது பக்கத்தில் உட்காருகின்றன அணுக்கள்
உலகம் அணுக்களால் ஆனது
சுவாசிக்கும் போது நுழைவதும்
உயிரைச் சுற்றி
கைக்கோர்த்து ஆடுவதும் அவைதான்
குட்டிக்கருவாடுகளுக்கு
நறுமணமிக்க அணுக்களைப் பூசலாம்
கொளுத்தப்பட்ட சங்கு சக்கரங்களை
விழுங்கித்
தண்ணீர் குடிக்கும் போது
அணுக்கள்
கதிர்வீசிச் சுழலும் அழகை
ஸ்கேன் செய்து வீட்டில் மாற்றலாம்
புயல் காற்றில் அழிவதே இல்லை
அணுக்களால் எழுப்பப்படும் கோபுரங்கள்
வீட்டுக்கு நடுவில் குழிதோண்டி
நாம் ஒன்றாகப் புதைந்து கொள்வோம்

அணுக்களாக சிதையும் நாம்
ஒரு போதும் அழிவதில்லை
நூறாண்டுக்குப் பிறகு
தங்கமாகத் தோண்டியெடுக்கப்படும் போது
நாம் விலைமதிப்பற்றவர்கள்
நேற்று நம்மை உதைத்தவர்களின் வீடுகளில்
பல அடுக்குப் பாதுகாப்பில்
வருங்காலக் கழுத்துகளில் ஜொலித்திருப்போம்
சொல்ல மறந்து விட்டேன்
மீன்களின் வயிற்றைச் சிதறடித்த
துப்பாக்கி ரவைகள்
முழுக்கவும் அணுக்களால் மட்டுமே ஆனவை

வீடு

தனக்குள் அந்நியமாகும் வீடு
அகழாய்வு செய்ய விரும்புவதில்லை
முகிழ்க்கும் தரையிலிருந்து
சுவர்களுக்கு ஏறிச் செல்லும் தடங்கள்
தங்களை மீண்டும் பார்க்க விரும்புகின்றன
ஓடி
நடந்து
பறந்து
குதித்து
பாதங்களைத் தவிர
வீட்டுடன் பேச
வேறு யார் இருக்கிறார்கள்
வெகுநாளைக்குப் பிறகு
தூசியைத் துடைக்க வருகிறவன்
கதவுகளைத் திறக்கும் போது
வீடு
முதலில் பார்ப்பது பாதங்களைத்தான்
படியும் தடங்களில் மூழ்கும்
பழைய பாதங்களை முத்தமிடுகிறது
குதிக்கும் சப்தம் கேட்டவுடன்
தரையின் முகமெல்லாம் காதுகள் மலர்கின்றன
இடைவெளிகளில்
வந்து வந்து நிறைந்தும்
தடம் பதிப்பதே இல்லை
காற்று
விளக்கொளியில் வீட்டைப் பார்க்கிறவன்
அணைத்தலின் பொருட்டு காத்திருக்கிறான்
வீட்டைப் பூட்டிவிட்டு
செல்லும் போது
உள்ளிருந்து கதவைத் தட்டும் தடங்கள்
பாதங்களாக வளர்ந்து
நடக்க ஆரம்பிக்கின்றன

பசியற்ற கடல்

குட்டி மீனொன்று
காத்திருக்கிறது தொட்டிக்குள்
வேடிக்கை பார்க்கும் கண்கள்
உணவுத்துகள்கள் நோக்கி நகருமென
காற்றை இறைக்கும்
மனிதனின் வயிற்றுக்குள் நுழைந்து
வெளியேறும் அதன் லாவகம்
குட்டிக்கரணமடிக்கும் சிறுமியைப் போல
வியப்பை அருந்துகிறது
குறுகிய கண்களை
பொன்னிறத்தில் மின்னும் செதில்களை
காற்று குடிக்கும் பிஞ்சு வாயை
திசைகாட்டி ஏமாற்றும் வால் துண்டை
வெளியே சிலாகிக்கிறார்கள்
அடர்ந்திருக்கும் பாசிக்குள் உள்ள குகையில்
மூழ்குகிறது குட்டி மீன்
பதற்றத்தில் நீளும் கைவிரல்கள்
கண்ணாடிக்குள் நுழைய முடியாமல்
உடைந்து பின்வாங்குகின்றன
காணாமல் போன குட்டி மீனுக்காக
தொட்டியைச் சுற்றிலும் ஏற்றப்படுகின்றன
தேடும் விளக்குகள்
அது
ஒளியில் திணறி வெளியேறும் போது
கண்களை மூடிக் கொள்கிறது
பாசிக்குள் புகுந்ததால்
கண்கள் பழுதுற்றதென
பார்ப்பவர் யாருமின்றி

மீண்டும்
தனித்து விடப்படுகிறது தொட்டி
சிறிது நேரத்திற்குப் பிறகு
மெதுவாகத் திறக்கும்
குட்டி மீனின் கண்களைப் பார்த்ததும்
திரும்பவும் வருகிற குழந்தை
வயிற்றைத் தடவுகிறது
அப்போது
அது
பசியற்ற கடலில்
நீந்த ஆரம்பிக்கிறது

செங்கண்கள்

செங்கண்கள் நிரம்பி வழிய
அலகிலிருந்து பிடுங்கப்படுகிறது
காற்றில் மிதக்கும் மெல்லிசை

புகைப்படம் எடுப்பவர்
வெவ்வேறு கோணத்திற்காக
மரத்தில் ஏறும் போதும்
செங்கண்களை விட்டுவிட்டு
குரல்வளையின் நிர்வாணத்தை
ஃபோகஸ் செய்கிறார்

முட்டிக்கொண்டிருக்கும் எலும்பு
தொடர்ந்து அதிர்வடைவது
இசைக்கு இடைஞ்சலென
செல்லோஃபேன் டேப் ஒட்டுகிறார்

குரலை ஒலிப்பதிவு செய்பவர்
இன்னும் இன்னும் சத்தமாகக் கூவும் படி
கல்லால் அடிக்கிறார்
அடிக்குத் தப்பி
ஓடும் குயில்
ஒளிந்து பாட ஆரம்பிக்கிறது

வாலில்
மிகச்சிறிய வெடியுடன் கூடிய
கேமிராவை மாட்டுகிறார்கள்
எடை கூடிய வால்
தலையைப் பிடித்து இழுக்கிறது

பறந்து கொண்டே பாடினால்
புதிதாக இருக்கும் என்று
எச்சரிக்கை ஒலி எழுப்புகிறது
வெடி கேமிரா

ஒவ்வொரு முறை பாடிய பிறகும்
கீழே விழுந்து தலையில் அடிபட்டதால்
பாடுவதை மறந்த குயில்
வனத்துக்குள்
நடந்து செல்ல ஆரம்பிக்கிறது

கேமிராவின் கடைசிப்பதிவு
சோர்வுற்று நகரும் போது
விளம்பர இடைவேளைக்காக
தொலைக்காட்சியை மாற்றுகிறார்கள்
சத்தமற்று வெடிக்கிறது குயில்

முழுமையாக வாழ்ந்துவிட்ட நாள்

முழுமையாக வாழ்ந்து விட்ட நாளை
ஊர் முடியும் இடத்தில்
விட்டுவிட்டு வருவதற்காக
நானும் மகளும்
சைக்கிளில் சென்று கொண்டிருந்தோம்

சர்வதேச தேதிக் கோட்டை
நெருங்கிய போது
பசிபிக் கடலில் ஒரே குழப்பம்
எதிரே வந்து கொண்டிருந்தது
வாழாத நாள்

சைக்கிளை பின்னோக்கி இழுத்த
முழுமையாக வாழ்ந்த நாள்
மகளுடன் விளையாட வேண்டும்
வாருங்கள் வீட்டுக்கு செல்லலாம் என்று அடம்பிடித்தது

தெருவுக்குள் நுழைந்தால்
காலையில் பல் துலக்கி
துப்பிய நுரையில்
இறந்து விட்ட மரவட்டையின் சொந்தங்கள் கூடிநின்றன
நாயை அவிழ்த்து விட்டு விரட்டுவதற்குள்
பெரும்பாடாகி விட்டது

தூரத்தில் நின்று ரசித்த
முழுமையாக வாழ்ந்துவிட்ட நாள்
கடலைத் தாண்டி வந்து கொண்டிருக்கும்
வாழாத நாள் குறித்து
பீதியைக் கிளப்பியது

இன்னும் பின்னோக்கிச் சென்று
நேற்றைக்குப் புதைந்து விட்ட
நாளின் கதவைத் தட்டினோம்
"நீ முன்பே
முழுமையாக வாழ்ந்து விட்டாய்தானே"
என்று கேட்ட போது
பிரச்சினைகளை சொறிந்தபடியே
கோபத்தில் ஓங்கி உதைத்தது

நானும் மகளும்
சைக்கிளோடு அந்தரத்தில் மிதந்த போது
நாட்கள் மூன்றும்
கைக்கோர்த்து சிரித்து விட்டு
"ஒளிந்து பிடித்து"
விளையாட ஆரம்பித்தன

மழை விற்பவன்

மழையை விற்கலாம் என்று
புதிதாகக் கடையைத் திறப்பவன்
எந்தப் புள்ளியிலிருந்து
மழையை அறுப்பதெனத் தெரியாமல்
அதன் பின்னே ஓடிக்கொண்டே இருக்கிறான்

நெகிழிப் பைகள் தடையிருந்ததால்
வெறும் கையில் மழை வாங்க வந்தவர்கள்
சிந்தாமல் மழையை அறுத்துத் தரும்படி
திட்ட ஆரம்பிக்கிறார்கள்

கூரான கத்தியை மழைக்குள் செருகுகிறான்
நழுவுகிற மழையைப் பார்த்து
மண்ணில் ஒட்டிய மழை வேண்டாம்
நேரடியாகப் பிடித்த
உயிர்போகத் துடிதுடிக்கும் மழை
மிகவும் ருசியாக இருக்குமென்கிறார்கள்

பக்கவாட்டில் மழையை வெட்டுகிறான்
அவன் ஆடைகளை யாரோ
மண்ணுக்குள்ளிருந்து இழுக்கிறார்கள்
தலைகுனிந்து நிற்பவனின்
நிர்வாணத்தை
மூடுகிறது மழை

மழையை விற்கமுடியாதவன்
கடலுக்குள் குதித்து மறைகிறான்

கோபத்தில்
கடையைப் பிளக்கும் கூட்டம்
வெறியில் மழையைப்
பச்சையாகக் கடிக்க ஆரம்பிக்கிறது
ஓட்டைப் பற்கள் வழியே தப்பிக்கிறது மழை

மழையைக் கொன்று பிடிக்க
ஆயுதங்களேந்திய பெரும்படை
தூசிபறக்க விரைகிறது
மேல்நோக்கிப் பின்வாங்கும் மழை
மேகங்களில் மறைகிறது

வெறும் கைகளுடன் வீடு திரும்பியவர்கள்
தண்ணீரைத்
திரும்பத் திரும்ப அடிக்கிறார்கள்
அது
முகங்களை முத்தமிடுகிறது

நினைவுக்குத் தப்பிய ஒரு சொல்

மீன்கள் நீந்தும் பாதைகளின் வரைபடத்துடன்
தனக்குப் பிடித்த மீனைப் பிடிப்பதற்காக
கடலுக்குள் சென்று கொண்டிருந்தவனிடம்
பறவைகள் சொல்லிச் சென்றன
"மீன்களுக்காக மட்டும் கடல் அல்ல"

ஒவ்வொரு முறையும்
வலையில் அகப்படும் கணத்தில்
பிடித்த மீன்
பறவையாக மாறியது
பறத்தலில்
விரித்த வலைகள் அவிழ்ந்திருந்தன

பொறுமையிழந்தவன்
கடலைத் தோண்ட ஆரம்பித்தான்
அந்த மீனைத் தவிர
எல்லாமும் வந்து கொண்டிருந்தன

கடலைக் கடந்தவர்களிடம் கேட்டு
வரைபடங்களை மீண்டும்
மாற்றி வரைந்த பின்பு
கடலுக்குள் குதித்தான்

அவன் வீட்டின் ஒவ்வோரு அறையும்
இன்னொரு பிரதியைப் போல
ஆழத்தில் மிதந்து கொண்டிருந்தது

ஒவ்வொரு பொருளாக
பார்த்துக் கொண்டே வந்தவன்
பறவையாக மாறும் மீன்
எங்குமே இல்லாமல்
இன்னும் இன்னும்
மூழ்க ஆரம்பித்தான்

கடலுக்கு அடியில்
இன்னொரு வழியில் வெளியேறி
மீனை மறந்து
பறந்து கொண்டிருந்தான்

விசாரணை

சொல்
உன் பெயர் என்ன?

"சொற்கள்"

புரியும் மொழியில் பதிலளி
தப்பிக்கலாம்!

"கபாலத்திலிருந்து வெளியேறும்
ஒளிப்பிழம்பில் மொழி இல்லை
மின்னல்கள் தெறிக்கின்றன"

திமிராக நிற்காதே
மண்டியிடு!

"குரல்வளை தெரிகிறது
குரல் தெரிகிறதா?"

யார் உனக்குத் தலைவன்?

"கூட்டுக்குள் பிறக்கும் குஞ்சுகள்
சிறகு முளைத்தால் பறக்கின்றன"

எதற்காகப் பயணம் செய்கிறாய்?

"மலையைக் குடையும் எறும்பு
குகைப் பாதையை சமைக்கிறது"

உன்னுடன் மொத்தம் எத்தனை பேர்?

"இரண்டாகக் கிழித்தால் இரண்டு
நான்காக உடைத்தால் நான்கு"

போதை தரும் வஸ்தை
எங்கே ஒளித்திருக்கிறாய்?

"தேனெனப் பருகும் அமுதம்
சல்லி சல்லியாகப் பிளக்கிறது மூளையை"

நேரடியாகப் பேசவே மாட்டாயா?

"மண்ணுக்குள்ளிருந்து நீர் வருகிறது
தங்கம் கூடத் தோண்டியே எடுக்கிறார்கள்"

ஏன் இப்படி
எப்போது மாறினாய்?

"நான் பார்க்க ஆரம்பித்தேன்"

நீ பேசும் மொழி
எங்களை சித்ரவதை செய்கிறது
போதும் நிறுத்து
ரத்தம் கசிகிறது

"ஆமாம் எனக்குள்ளும் கிளிஞ்சல்கள்
ஒவ்வொரு நாளும் வெடிக்கின்றன"

உன்னை விட்டு விடுகிறோம்
ஆனால்
மீளவும் சந்திக்கும் போது
புரியும் மொழியில் பேசு!
இப்போதாவது சொல்
நீ பிறக்கும் போது வைத்த பெயர் என்ன?

"கவிதை"

வெடித்து அழுதல்

வெடித்து
அழ வேண்டும் போலிருக்கிறது
என்கிறாய்

தனிமையின்
ஒவ்வொரு கணத்தையும்
கண்காணிக்கும் அறைச்சுவர்கள்
தெறிக்கும் கண்ணீரின் ஒலியை
நன்றாக உறிஞ்சும் வல்லமை உடையவை

சுவரைப் போல மாறுவதற்காகத்தான்
நீ அடைக்கப்பட்டிருக்கிறாய்

எந்த வண்ணம் அடித்தாலும்
அந்த முகத்துக்கு மாறுவது

எவ்வளவு அடித்தாலும்
அழாமல் வாங்கிக் கொள்வது

கொலை நடந்தாலும்
அசைவற்று வேடிக்கை பார்ப்பது

ரகசியங்களைப் பார்த்தாலும்
ஒரு போதும் வெளியிடாதது

சுவராக மாற
நீ கொஞ்சம் கொஞ்சமாக
பழக்கப் படுத்தப் படுகிறாய்

சுவர்
உன்னோடு விளையாடி
நீ தூங்கும்போது
உனக்குத் தெரியாமல்
உன்னை மாற்ற நினைக்கிறது

நீ
சுவரெல்லாம் படம் வரைகிறாய்
தோழியைப் போல அணைத்துக் கொள்கிறாய்
முத்தங்களால் காதலை
நீந்த விடுகிறாய்

உன்னை மாற்ற முடியாமல்
சுவர்கள் வெடித்தழ ஆரம்பிக்கும் ஒரு நாளில்
கதவைத் திறந்து வெளியேறுவாய்

நீளமான உருளைக்கிழங்கு

வயிற்றிலிருந்து முளைக்கும் வேர்
நீளமான உருளைக் கிழங்கு ரகம்தான்
உறுதி செய்து மகிழ்கின்றன
தூரத்துக் கண்காணிப்புத் திரைகள்
நிலத்தைக் கடந்து சென்ற பறவைகளின்
கண்களுடன் சேர்த்து நீக்கப்படுகிறது
நீளமான உருளைக் கிழங்கு பற்றிய
ரகசியக் குறியீடு
ஒடிக்கப்பட்ட கால்களுடன்
குளத்துக்குள் மூழ்கி இறக்கும் பறவைகள்
உருளைக் கிழங்குகள் எதற்காக
நீளமாக மாறின
கீச்சிட்டுக் கொண்டே குதிக்கின்றன
உருளைக் கிழங்குகளின் கண்களில்
வேற்று ரகங்களைக் கொல்லும் வாயு
சமிக்ஞைகளுக்காகக் காத்திருக்கிறது
மேகத்தில் தலையையும்
நிலத்தில் காலையும்
புதைத்து உழுபவர்களின் இரைப்பையில்
சுடச்சுட வறுத்தெடுக்கப்படும்
மொறுமொறுப்பான உருளைச் சீவல்களை
விருப்பமுடன் வாங்கிச் செல்கிறார்கள்
பள்ளி சென்று திரும்பும் குழந்தைகள்
எங்கோ கசிகிறது புளிக்குழம்பில் கரையும்
நீளமான உருளைக் கிழங்கின் நறுமணம்
நுட்பமாகக் கண்டறியும் செயற்கைக்கோள்

வீடுகள் தோறும் போர்த்தொடுக்க
பிசைந்த சோற்றோடு
கைது செய்யப்படும் மகளிரின்
வயிறு வீங்கத் திணிக்கப்படுகிறது
உருளைச் சீவல்கள்
நிலமதிர்ந்து உள் வாங்கும் பொழுதில்
உருளைக் கிழங்குகள் தின்பதற்கல்ல
மொறுமொறுப்பான சீவல்களுக்காக என்று
ஒவ்வொரு கிழங்கின் நெற்றியிலும்
ரகசியமாகப் பச்சை குத்தப்படுகிறது
நீளமான உருளைக் கிழங்குகள்
குட்டையான உருளைக் கிழங்குகளை
உண்டு உண்டு
இன்னும் பெரிதாக
நீளமாகிக் கொண்டே இருக்கின்றன

நாளை காணாமல் போகிறவர்

நாளை
காணாமல் போக இருக்கிறவர்
எவ்வித பதட்டமுமின்றி தேநீர் குடிக்கிறார்
சலூன் கடையில் நாளிதழ் புரட்டுகிறார்
ஒருவர் கூட அவரைக் கூர்ந்து பார்க்க வில்லை
புகைப்படம் எடுத்துக் கொள்ளும்படி
அவர் தோன்றவும் இல்லை
"சாவு கிராக்கி" என்று யாரோ ஒருவன்
அவரைப் பிரியமாகத் திட்டுகிறான்
நாளைக்கு விலைமதிப்புள்ளவராக
அவர் மாறப் போவது தெரியாமல்
சப்தமற்ற இலையாக
சிசிடிவி கேமிராக்களில்
வெவ்வேறு தெருக்களில்
நகர்ந்து கொண்டிருக்கிறார்
அவர் காணாமல் போவதற்கான நேரம்
கடைத்தெரு முக்கத்தில் வருகிறது
அதற்குப் பிறகு அவர்
சுவரொட்டிகளில் நன்றாக சிரிக்கிறார்
காணாமல் போனவர்கள் பற்றிய அறிவிப்பில்
லட்சம் ரூபாய் சன்மானம்
அறிவிக்கப்படுகிறது அவருக்காக
சாவு கிராக்கி என்றவன்
அவரை அடிக்கச் சென்ற
கணத்தின் கதவுகளை உதைக்கிறான்
தேநீர், சலூன் கடைகளில்
அவர் உட்கார்ந்த இடங்களில்
மிதக்க ஆரம்பிக்கிறது லட்சம் ரூபாய்
அந்தக் கடைத்தெரு முக்கத்தின் வழியாக
அவர் இப்போது
எங்குதான் சென்று கொண்டிருக்கிறார்

கேசாதி பாதம்

கேசாதி பாதம் வரை
வலிகளே நிரம்பியிருக்கிறது
எந்த வலியை
முதலில் பாடப்போகிறீர்கள்?

வலிக்குருதி உறிஞ்சும் தூய நாப்கின்
உங்களை விடவும்
நம்பகமானதாக இருக்கிறது

முதலில்
தலையைத் தனியாகக் கொடுக்கிறேன்
நீங்கள் தைலம் பூசும் நெற்றியின் ஆழத்தில்
உள்ளிருந்து உதைக்கும் கால்கள்
யாருடையது?

கழுத்தைத் தனியாகக் கொடுக்கிறேன்
குரல்வளை வருடித்தரும் உங்கள் விரல்கள்
கூடலின் முனகல் ஒலியை மட்டுமே
நல்லிசையென்று அருந்திய செவிகளை
உள்ளே பார்க்கவில்லை

மார்பை இறுக்கமாக மூடித்தான் தரவேண்டும்
காண்பதற்கு ஏதுமில்லை
இதயத்தில் காதை வைத்துக் கேளுங்கள்
மூர்க்கமான காட்டு விலங்கு
மண்ணைத் தோண்டி வயலை மூடும்
விநோத ஓலம் பிடித்திருக்கிறதுதானே

கர்ப்பகாலத்தில் மட்டுமே தெரியும்
அடிவயிற்றைத் தருகிறேன்
அசையும் சிசுவுக்குத்தான்
எத்தனை எத்தனை முத்தங்கள்
கொஞ்சம் கீழே கயிறு போலத் தெரிவது
கத்தியால் கிழித்த பிரசவ காயம்தான்
அழக்கூடாது!
உள்ளே பிரசவ வலியில் துடிக்கிறாள் தாய்
நீங்கள் பிறக்கப் போகிறீர்கள்

இதற்குப் பிறகான வலிகளை
ஆர்வமுடன் எதிர்பார்ப்பீர்கள்
இடுப்பிலிருந்து பாதம் வரை
கடலில் கரைத்து விட்டேன்
நுரைத்துப் பொங்குவதும்
உப்பு நீரில் மணப்பதும்
என்னுடைய வலிகள்தான்

இப்போது சொல்லுங்கள்
எந்த வலியை
முதலில் பாடப்போகிறீர்கள்

கோடுகள் எண்ணும் குயில்

குயில் கூவியது
கோடுகள் வரைந்தேன்
ஒன்பது கோடுகள் பாடியிருந்த குயில்
நிறுத்திய போது வரையத் தெரியவில்லை
கோடுகளைப் பார்த்துக்
கூவச் சொன்னது குயில்
நான் எண்ணிக் கொண்டிருந்தேன்
ஒன்று..
இரண்டு..
மூன்று........
ஒன்பது
குயில் அதற்குப் பிறகு
கணிதம் கற்றுக் கொள்ளத் தொடங்கியது
அலகைத் திறந்தால் எண்ணிக்கைதான்
காற்றில் இல்லாது போன
குயிலின் இசைக்காக
எங்கிருந்தோ வந்த பறவைகள்
கோடுகளால் மிகுந்த குழப்பமடைந்தன
கோடுகள் வளரிகளாக மாறி
சிறகுகளை அறுக்கும்
கனவு வந்த நாளிலிருந்து
பதட்டமாகவே இருந்தது குயில்
கோடுகள் வளர்ந்து கொண்டே இருந்தன
குரல்வளை தெறிக்கும்படி கூவிய குயில்
எத்தனைக் கோடுகள் வந்திருக்கின்றன
இன்னும் இன்னும் பாடுகிறேன் என்றது
என் கண்களைக் கொத்திய பறவைகள்
கரித்துண்டுகளை விழுங்கியபின்
குயிலையும் கொத்த ஆரம்பித்தன
கோடுகளைக் காற்றில் சொல்ல ஆரம்பித்தேன்
பறக்க முடியாத குயில்
கோடுகளை மறந்திருந்தது
கூடவே கூவுவதையும்

காற்றை நோக்கி செல்லும் பூ

ஒவ்வொரு இதழிலும்
பொய்யை வரைவதற்காக
வெகுதூரம் பயணித்து வரும் காற்றின் மீது
அந்தக் குட்டிப்பூவுக்கு
கோபம் வருவதே இல்லை

வரைந்த பொய்களை
பிற பூக்களுக்குக்கிடையே
நடித்துக் காட்டும்போது
அது அழுவதும் இல்லை

ஒருமுறை
பொய்யை எழுதும் போது
நீ எழுதுவது பொய்தானே
குதித்த பூ
அதற்குப்பிறகு
வண்ணங்களற்ற வெள்ளைப் பாடலை
முணுமுணுக்க ஆரம்பித்தது

மற்றுமொரு நாளில்
பூவுக்காக
நறுமணங்கள் வாங்கி வந்த காற்று
பொய்களின் பருவங்களைக் கடந்து விட்டோம்
இனி வசந்தம் மட்டும்தான் என
மீண்டும் பேச ஆரம்பித்தது

காற்றை இரண்டாகப் பிரித்து
கட்டிக்கொண்ட பூ
ரெண்டு பேருக்கும் செல்லமாம்
சிரித்த போது
காற்று
பூவின் வேர்களில்
துகள்களாக உடைந்தது

இந்த முறை
காற்று வெறுமனே வந்து
பூவை ஏந்திக் கொண்டு பறக்கிறது
ஒவ்வொரு கைகளாக
பூ நகர்ந்து
காற்று பிறக்குமிடத்துச் செல்கிறது

சுவரொட்டி

சுவரொட்டிகளை வீதியெங்கும் பார்ப்பது
பரவசமாக இருக்கிறது
நள்ளிரவில் ஒட்டியது
யாருக்கும் தெரியாது

கடந்து செல்லும் ஒவ்வொருவரும்
என்னைப் போலவே பூரிப்பார்கள் என்று
அடுத்தடுத்த சுவரொட்டிகள் தயார் செய்தேன்

மாடுகள் சுவரொட்டிகளுக்கு அருகே
பசியோடு நிற்கும்போது
உடனடியாக விரட்ட முடிவதில்லை
சுவரொட்டியில் என்னைப் பற்றி
எழுதிய வாசகங்களை
மாடுகளுக்குப் படித்துக் காண்பித்து
சுவரொட்டிகளை
காப்பாற்ற வேண்டும்

மாடுகளின் மொழியைக் கற்றுக் கொள்ள
எங்கு செல்வதெனத் தெரியவில்லை
என்னுடைய படத்தினருகில்
மாடுகளையும் வரைந்து விட்டேன்
நாவால் என்னைத் தடவி விட்டு
நகர்ந்து விடுகின்றன

காகங்களுக்கு நான் என்ன சொல்வது
அவற்றினுடைய படங்களும் வரையப்பட்டன
கொஞ்சம் கொஞ்சமாக
புகுந்து கொண்டன
பூச்சிகளும் கரையான்களும்

இப்போது சுவரொட்டிக்குள்
விலங்குகள் நடுவே தெரிகிறது
எனது தலை
என்னை அதற்குப்பிறகு
விலங்கு என அழைக்க ஆரம்பித்தார்கள்

நான் இப்போது
நள்ளிரவில்
சுவரொட்டிகளை
மேய்ந்து கொண்டிருக்கிறேன்

சிவப்பு பிடிக்காத நகரம்

இவ்வளவு சிவப்பு
இந்த நகரத்துக்கு ஆகாது
நாங்கள் வெயில் குளியலுக்கு மட்டுமே
சூரியனைப் பயன்படுத்துகிறோம்
மாலையில் மஞ்சள் வண்ணத்தை
மிகச்சரியாக அணிந்திருக்கிறது சூரியன்
ஆம்! எங்களுக்கு
அதைத் தவிர வேறெதிலும் ஆர்வமுமில்லை
போர்க்களத்துச் செங்குருதியின் உவமை பாட
இப்போது நேரமில்லை ஔவையே!
உன் அகப்பாடலில் தூண்டும் சொல்லை
நாங்கள் தூண்டிலிட்டுப்
பிடித்துக் கொள்கிறோம்
பறவைகளைக் காணவில்லை
மர நிழல்கள்
இருளின் மறை நாடகங்களுக்கு
சாட்சியாக ஒத்திகை பார்க்கும் கணத்தில்
நீ
மிக மெல்லிய தீற்றலாக
மறைந்து போகிறாய்
அல்லது
நாங்களே உன்னை
விரும்பிப் புதைக்கிறோம்
இவ்வளவு சிவப்பாக
இந்த நகரத்துக்கு
நீ தேவையில்லை
சூரியனே!

வைரம் பாய்ந்த மரம்

காதலை வைத்துக் கொண்டு
என்னதான் செய்வது
கனிவதற்குள் விழுங்கிவிட வேண்டும்
அழுகி விட்டாலோ
விதையை சூழும் துயரம்
ஒவ்வொரு பூவையும் ஆக்கிரமிக்கும்
தூங்காத இலைகளின் கண்களுக்கு
மருத்துவனின் பாடல்
ஆறுதல் அளிப்பதில்லை
அடுத்தடுத்த இலைகள் நோக்கி நகர்பவன்
குழம்பி நிற்கும் மரங்களின் வாயில்
பிளாஸ்திரியை ஒட்டுகிறான்
நேரே வளரும் மரம்
வைரம் உள்ளே ஒளிரும் போதும்
பக்கத்து வீடுகள் நோக்கி
கிளைகளைத் தாழ்த்தும் போது
ஆயுதமேந்துகின்றன மரங்கொத்திகள்
தூய வைரம்
உள்ளே அறுத்தெடுக்கிறது
அழுகிய சதையை
கிளைகள் மண்ணில் விழுந்த பின்பும்
விறகாக எரியும் போது முனகும் ஒலி
காட்டில் உள்ள
எல்லா மரங்களையும் குழப்புகிறது
விதை
எப்போதும்
கிளைகளை உடையதுதான்
என்று உணரும் வைரம்
மரத்திலிருந்து நிரந்தரமாகப் பிரியும் போது
வைர வியாபாரிகள் சந்தையில்
சிறிது நேர கவன ஈர்ப்புக்குப் பிறகு
உடைக்கப்பட்டு நகையாகிறது
அப்போது
அங்கு துளியும் இருப்பதில்லை
பழைய வைரம்.

நித்தியத்தின் வாயில்

தூங்கிக் கொண்டிருக்கும்
குழந்தையின் வாயிலிருந்து
தப்பித்துக் கொண்டே இருக்கிறது
அம்மாவின் முலை
வான் பருக விழையும் சிறு நெஞ்சம்
கை கால்களை உதைத்தாலும்
நித்தமும் இருளைத் தவிர
வேறெதையும் தொடுவதில்லை
இம்சிக்கும் இந்த உட்குரல்
இதுபோலவே
முன்பு பலரையும்
இம்சித்து வெளியேறிய ஒன்றுதான்
திடீரென வீட்டின் சுவர்களை இடிப்பது
விண்மீன்களை எந்தத் தொந்தரவும் செய்வதில்லை
அணிந்திருக்கும் சட்டை உறுத்துவது இயல்பு
அவிழ்த்தெறியும் குளியலறையை
ஒவ்வொரு அடியிலும் உருவாக்க
யாரும் இங்கே நிர்ப்பந்திக்கவில்லை
நிம்மதியாக சுவாசிக்க முடியாமல்
தடுமாறுகிறது நுரையீரல்
கண்ணாடி முன்பு
புதிதாக உருவாக்க முயலும் சுவாசக்காற்றில்
சிரித்துக்கொண்டே நெளிகிறது
தந்தையின் மூச்சு
இறப்பை உயிரோட்டமாக வரைய
கொலைக்களங்களில் நிற்க வேண்டியதில்லை

வாழ்ந்து முடித்தவனின் வீட்டுக்கூரையிலிருந்து
சப்தமற்று வெளியேறும்
கடைசிச் சொல்லுக்காக
காத்திருந்தால் போதும்
உனக்குத் தெரியாமல்
அது மேல்நோக்கி சென்றுவிடும் கணத்தில்
நித்தியத்தின் வாயிலில்
தோற்றபடி
நீ நின்று கொண்டிருப்பாய்

தாழ்ப்பாள் இல்லாத கதவுகள்

முக்குதல்
முனகுதல் மட்டுமே
உள்ளிருப்பதை
வெளியே அறிவிக்கும் பாடல்கள்
மூலநோய்க்காரனுக்கு வாய்ப்பதெல்லாம்
தாழ்ப்பாள் இல்லாத
கதவுகள் கொண்ட கழிவறைகளே
சினம் தாளாமல்
கதவைத் தட்டி தாளம் இயற்றுகிறான்
மெதுவாகத் தட்டு
அடியில் வளரும் துரு
கதவைத் தின்றுவிட்டால்
நிலைமை மோசமாகி விடும் என்கிறான்
வெகுநேரமாக வெளியே காத்திருப்பவன்
அவசரத்துடன் மோதுகிறது அவசரம்
அதிகரிக்கின்றன அவசரங்கள்
தட்டத் தட்ட
கதவாக மாறுகிறது
ஒவ்வொரு முதுகும்
சிறுநீர் மட்டும்தான்
என்னை முதலில் அனுமதியுங்கள்
தனியே நிற்கிறான் ஒருவன்
புது வரிசையில்
நிற்க ஆரம்பிக்கின்றன கதவுகள்
அடப்பாவிகளா!
இந்த ஊரில்
ஒரே ஒரு கழிவறைதான் உள்ளதா
அதுவும் தாழ்ப்பாள் இல்லாததா
கடுமையாகத் திட்டுபவனை
அடித்து மேலே பறக்க விடுகிறார்கள்
வானத்தில் எங்குமே கழிவறை இல்லை

அழுது கொண்டே சுற்றுபவனை
வேடிக்கை பார்த்துச் சிரிக்கும் கதவுகள்
கடைசியாக நிற்க வைக்கின்றன
நீண்ட நேரத் தாக்குதலுக்குப் பிறகு
வெளியே வருகிறான் மூலநோய்க்காரன்
தட்டிக்கொண்டே இருந்ததில்
விழுகிறது கதவு
முதலில் நுழைபவன்
எந்தப் பக்கத்தை
முதலில் மறைப்பதெனத் தெரியாமல்
பின்பக்கமாக உட்காருகிறான்
துர்நாற்றம் தாளாமல்
திரும்பிக் கொள்ளும் கதவுகள்
நாசிகளைப் பிடுங்கி
தங்களுக்குப் பக்கத்திலேயே
நிற்க வைக்கின்றன
வரிசை மாறாமல்

நல்ல பையன்

முதன்முதலாக
உன்னை நல்ல பையன்
என அழைக்கிறவர்
ஒருபோதும் அறிவதில்லை
நிரந்தரமாக நீ நடிக்கப் போகிறாய் என்று

நீ அதற்குப் பிறகு
ஒருபோதும்
நீயாக மாறவே முடிவதில்லை
பயணத்தின் தண்டவாளங்கள்
நல்லது நல்லது என விரிகின்றன

நீ உன் முகத்துக்குள்
இன்னொரு கண்ணாடியை உருவாக்கி
ஒவ்வொரு முறையும்
உன்னை சரி செய்வதாக
தண்டிக்க ஆரம்பிக்கிறாய்

நல்ல பையன்
அமைதியாக இருக்க வேண்டும்
நன்றாகப் படிக்க வேண்டும்
வகிடெடுத்து தலை சீவ வேண்டும்
கோட்பாடுகளை நீயே உருவாக்குகிறாய்

உனக்கு ஒரு போதும் கோபம் வராது
கணக்கு பார்க்கவே மாட்டாய்
வேலைகளை விரும்பி செய்வாய்
உன்னைப் போல இப்போது யாருமேயில்லை
உலகம்
சம்மட்டியால் அடிப்பதற்கு முன்பு
மயிலிறகால் மயக்க மருந்து தடவுகிறது

அவனா அப்படிச் செய்தான்
நம்பவே முடியவில்லை
நல்ல பையனென்று நினைத்தேன்
இப்படிச் செய்து விட்டான்
உன் வீட்டு வாசலில்
உலகம் புலம்பும் நாளில்
நீ நினைத்த நல்லவற்றிற்காக
நல்லதென நம்பியவற்றிற்காக
நல்லதை செய்யாமலிருந்ததற்காக
தற்கொலை செய்து கொள்கிறாய்

முதன்முதலாக
உன்னை நல்ல பையன்
என அழைக்கிறவர்
ஒருபோதும் அறிவதில்லை
நீ நிரந்தரமாக நடிக்கப் போகிறாய் என்று
நல்லதுக்காக ஒருநாள்
சாகப்போகிறாய் என்று

புரட்சியாளர்கள்

அடிக்கடி யாராவது
பொய்ச்சூடு வைத்து
சொறிந்து விடுகிறார்கள்
மயிர்க்கால்கள் பூரித்து
புரட்சிக்கு தயாராகின்றன

புரட்சியாளருக்குத் தெரியும்
எந்த நரம்புகளை சுத்தியலால் தட்டினால்
புரட்சி புடைத்தெழும் என்று

திடீர் புரட்சியாளர்கள்
போர்க்களத்தில் பிடறிமயிர் சிலிர்க்க
கணைத்துப் பாயும்
குதிரைகளைப் போல
நம்மைப் பாய்ந்தோடச் செய்கின்றனர்

வரிசையாக வைக்கப்பட்ட
கூர்தீட்டப்பட்ட வாள்களில்
நாம் நம்மை பலி கொடுக்கிறோம்

போரில் இறந்தவர் மனதில் வாழ்கிறார் என
புரட்சியாளர் விளம்பரம் செய்கிறார்

போர் முழக்கம் செய்யச் சொல்லிவிட்டு
விமானத்தில் பறந்து
வெளிநாடு செல்லும் புரட்சியாளர்
திரும்பி வரும் போது
இறந்தவர்களை எண்ணுகிறார்

நம் இதயங்களை கரைந்தழச் செய்யும்
புரட்சியாளரின் ஒரு துளிக் கண்ணீர்
அடுத்த போருக்கு ஆயத்தப்படுத்தும்

புரட்சியாளர்களின் உடைகள்
வாடகை என்று நமக்குத் தெரியாது
அவர் சொந்தமாக எதுவுமே
பேசுவது கூட இல்லை

மிகச் சிறிய பிளேடால்
கிழிந்து விடும் வெண்திரையில்தான்
நம் காலத்து புரட்சியாளர்கள்
தோன்றிக் கொண்டே இருக்கிறார்கள்

நெல்

கைவிடப்பட்ட பானையின் உள்ளே
முளை விட்ட நெல்லின் விதை
யாதொரு பயமுமின்றி
வளர ஆரம்பித்திருந்தது

தினமும் அந்த வழியாகச் செல்கிறவள்
தூர்ந்த முலைகளுக்கு உள்ளாக
பால்குடிக்கும் ஒலியைக் கேட்டு
திடுக்கிட்டு நின்றாள்

பொருள் வழிப் பிரிவுக்கு
முதற்குழந்தையை ஆயத்தப்படுத்துகையில்
வழியில் இருந்த
ஊற்றுகளின் முகங்களில்
பாறைகளை நகர்த்தினாள்
மலர்களைக் கொய்தெறிந்தாள்
கிளைகளை வெட்டினாள்

மூச்சுத்திணறல் காரணமாக
இவளது நாசியிலிருந்து
நெல்லின் இலைகள்
காற்றை எடுத்துக் கொண்ட நேரத்தில்
முதற்குழந்தைக்கு
முத்தம் தந்தாள்

பானையை உடைக்கலாமென்று
முடிவெடுத்த பின் கற்களைத் தேடினாள்
அவள் நகர்த்திய பாறைகள்
பானையைச் சுற்றி வளர்ந்திருந்தன

நெல்லின் வேரைப் பிடுங்குவதற்காக
சுரங்கம் தோண்ட ஆரம்பித்தாள்
ஊற்றுகள் திறந்து கொண்டன

நடுங்கியபடி
மீண்டும் முதற்குழந்தையை அழைத்து
முத்தமிட ஆரம்பித்தாள்

அவர்கள்

அவர்கள் இருவருக்கிடையே
சமீபகாலமாக சண்டையுண்டு என்பதை
நான்தான் கண்டுபிடித்தேன்

அதற்கு முன்பு
அவர்களுக்குள்
ஆழ்ந்த
யாருக்கும் தெரியாத
பெயரிடப்படாத உறவு இருந்ததை
நான்தான் தெரிந்து வைத்திருந்தேன்

ஒருவர் இரவென்றால்
இன்னொருவர்
எப்போதும் விண்மீன்கள் என்று
சொல்வதற்கு பழக்கப்பட்டிருந்தார்

அவர்கள்
யாருக்கும் தெரியாமல்
எங்கு சந்திப்பார்கள்
என்ன பேசிக்கொள்வார்கள்
அவர்களின் வீட்டில்
ஏன் ஏதுமே கேட்பதில்லை
என்று தினமும் யோசித்தேன்

இடக்கையால் தள்ளி
வலக்கையால் மறைவாகத்தின்னும்
விநோத பண்டமாக
ருசித்துக்கொண்டே இருந்தது
அவர்களின் கதை

அவர்களுக்குள் எதுவுமே இல்லை
எல்லாம் கற்பனை
நேரடியாகப் பார்த்தாயா என்றும்
நிறைய நாட்கள் எனக்குள் புலம்பினேன்

நேரடியாகப் பார்த்தால்
அந்தக் கதைக்குள் ஒருவராக
நானும் மாறிவிடக்கூடும் என்று
ஒரு போதும்
அவர்களுடன் சென்றதில்லை

தனிமையில்
அவர்களை எப்போதும்
இணைத்துக் கொண்டே இருந்தேன்
ஆனால்
மோதி மோதிச் சிதற ஆரம்பித்தார்கள்

அவர்கள்
அவர்களாக
தனித்தே இருக்கிறார்கள்
நான்தான்
அவர்கள் இருவருக்குள்ளும்
கதையாக
பரவிக் கொண்டே இருக்கிறேன்

கிணற்றில் குதித்து விளையாடுதல்

மாமரத்தடியில்
புளிய விதைகளை விழுங்கி
பல்லாங்குழியைத் தோண்டி எடுக்கிறேன்
வளையல்கள் ஒலிக்க அமர்கிறாள் அக்கா
அவளிரு பிள்ளைகள்
கைகளைப் பிடித்து இழுக்க
அந்தரத்தில் மிதக்கிறாள்

பல்லாங்குழியை
மேலே சுழல விடுகிறேன்
கிச்சுகிச்சு மூட்டுகிறவள்
நான் துப்பும் விதைகளை
குழிகளில் நிரப்பும் போது
கிணறாக மாறுகின்றன
ஒவ்வொன்றும்

கிணறுகளில் விளையாடும் போது
திருமணமான புதிதில்
வீட்டுக்கு வரும் அக்கா இருக்கிறாள்
எனக்குத் தெரியாமல் அவளும்
அவளுக்குத் தெரியாமல் நானும்
புளிய விதைகளை
ஒளித்து வைக்கிறோம்
எவ்வளவு இருக்கிறது என்றால்
எப்போதும்
நிறைய நிறைய
என்று சொல்லிக் கொள்கிறோம்

இன்னும் ஆழத்தில்
வயதுக்கு வந்த பிறகு
விளையாட வராத அக்கா நிற்கிறாள்
அவள்
அவிழ்த்து எறிந்த
கொலுசின் முத்துகளை வைத்து
தனியே விளையாடுகிறேன்

ஒவ்வொரு கிணற்றிலும்
குழந்தைகள் அழுகின்ற ஓசை வருகிறது
அக்காவுக்கு
சொல்வதற்கு ஏதுமில்லை போல
சைகைகளால் நெற்றியில் முத்தமிட்டபடி
ரயிலில் ஏறிச் செல்கிறாள்

நான் மீண்டும்
ஒவ்வொரு கிணற்றிலும்
விழுந்து
ஏறி
பல்லாங்குழி ஆட ஆரம்பிக்கிறேன்

எறும்புகள் விசேஷமானவை

கோடிக்கணக்கான
கவிதை எறும்புகள்
பூமியெங்கும் நகர்ந்து செல்கின்றன
ஒரு முறை நகர்ந்தாலே
தடங்கள்
கூகுள் மேப்பில் வந்துவிடுவதால்
வானத்திலிருந்து கடவுள் கவனித்துக் கொண்டிருப்பதாக
நம்பிய பிறகு
விஷேச எறும்புகளாக மாறி
மரங்கள் தோறும் துளையிட்டு ஊதுகின்றன
எறும்புகள் வாசிக்கும் இசை
காட்டு விலங்குகளுக்கு
பெரும்பாலும் புரிவதில்லை
கோபத்துடன் உறுமும் போது
எறும்புகள்
தலையைக் காப்பாற்றிக் கொள்ள
பூமிக்கடியில் பதுங்குகின்றன
எறும்புகளுக்கு
டைனோசராக மாறி
அச்சுறுத்தும் விலங்குகளைத்
தெறிக்க விட வேண்டும் என்பது
கால்கள் முளைத்த நாளிலிருந்து
சொல்லித்தரப் பட்டிருக்கிறது
ஒவ்வொரு முறையும்
நசுங்குதல் தவிர
வேறெதுவும் பெரிதாக
நிகழ்ந்து விடுவதில்லை

எப்போது எங்கு சென்றாலும்
எறும்புகளைத் தேடிப் பிடித்து
தின்று செரிப்பவர்கள்
எறும்புத்திண்ணிகள் அல்ல
அவர்கள்
எறும்புகளை விடவும் விஷேசமானவர்கள்
லட்சம் எறும்புகள் சேகரித்தும்
வாழ்நாள் முழுதும் ஆராய்ச்சி செய்தும்
ஒரு எறும்பாக மாறமுடியாதது குறித்து
கோபத்தில் இருக்கும் போது
அவர்களின் தலையிலிருந்து
முடியைப் பிடுங்கி விளையாடும்
இந்த குறும்பு எறும்புகளை
என்னதான் செய்வது?

உள்சுழித்து வளரும் அலை

நள்ளிரவின் வாசனை
தூங்கமுடியாத நோயைப் பரப்புகிறது
இருக்கைக்குப் பின் அமர்ந்து
உந்தித் தள்ளுகிறது காமம்
சீறிப் பாய்கின்றன வாகனங்கள்
ஒவ்வொரு வீட்டையும்
ஏக்கத்தோடு பார்த்து நகர்பவன்
மெல்லிய ஒளி கசியும் அறைகளிலிருந்து
வெளிவரும் காற்றை
நுரையீரலுக்குள் இறக்குகிறான்
ஓரிடத்தில் நில்லாமல்
விளையாடும் குறுஞ்சுடர்
பாலைமணலாக உடைக்கிறது அவனை
தற்காப்புக்காக வைத்திருக்கும் கத்தியால்
சுடரை வெட்டுகிறான்
அது அவனை ஊதிச் சிரிக்கிறது
உள்சுழித்து வளரும் அலை
காயங்களின் இச்சை மீது
கத்தியைச் செருகும் கணங்களில்
நுரைத்துப் பொங்குகிறது கடல்
விண்மீன்களைப் பிய்த்தெறியும் வேகத்தில்
மேல்நோக்கிச் செல்லமுடியாமல்
வீடுகளை இழுத்துப் பிடித்து வைத்திருக்கும்
பூமியை முத்தமிடுகிறான்
விடியல் வந்து கொண்டிருக்கிறது
அவன் மிகவும் புதியவனாக
அதே வீடுகளின் வழி
போர்வைகள் விற்பவனாக
செல்லும் போது
குரைப்பதை மறந்து
சிரிக்கின்றன நாய்கள்

நள்ளிரவில் மலர்களோடு விழித்திருக்கும் மரம்

நீ என் மார்பில் துயிலும் போது
நான் உன் வயிற்றில் வளருகிறேன்
முடிவிலியின் இருபக்கமும்
கருப்பைகளாகப் பெருகுகின்றன
நதியின் ஆழத்தில்
மணலைக் கிளறும் கால் விரல்களைக்
கடிக்கும் மீன்குஞ்சுகள்
மேலே வந்து
கண்களைப் பார்க்கத் தயங்குகின்றன
குளிர்ந்து இறுகும் நீர்க்கண்ணாடி
தொடமுடியாத
கடைசித் துளியில்
உடைதலைச் சுமந்திருக்கிறது
குத்திக் கிழிக்காத சில்லுகளில்
மின்னும் பொன்துகள்களை
நீண்ட நேரமாகப் பொறுக்குகிறோம்
எதுவுமே சிக்காத போதும்
வெறும் கைகளை
ஒப்பிட்டுக் கொள்வதில்
அலாதிப் பிரியம்
நள்ளிரவில்
மலர்களோடு விழித்திருக்கும் மரம்
சிணுங்கினால் கூட போதும்
முழுமையாகத் தொலைந்து விடலாம்
சிறிது தலைகாட்டி வரலாம் வா!
கதவைத் திறந்திருந்தாலும்
அறை
வீட்டுக்குள்தானே இருக்கிறது.
இதற்கு மேல் இங்கு அடைவது
பறவைகளுக்கு சாத்தியமில்லை

மலைப்பாதை

மலையைக் குடைந்து
ரயில் பாதை அமைத்த பிறகும்
"உள்ளே என்ன இருந்தது
உள்ளே என்ன இருந்தது"
என்று
ரயிலில் செல்பவர்கள் கேட்டார்கள்
"இருள்தான் இருந்தது
உடைந்த கற்கள்தான்
வேறென்ன இருக்கமுடியும்" என்றான் வழிகாட்டி.
"முதல் கல் உடைந்த போது
மலை அழுததும்
ஒவ்வொரு கல்லும் கட்டிக் கொண்டு
மீண்டும் அழுததும்
வெடி வைத்துத் தகர்த்த போது
பள்ளத்தாக்கில் விழுந்ததும்
சிதறிய பெரிய கல்
பாதை செய்தவரின்
காலுக்கு அடியில்
கல்வெட்டாக மாறியதும்
உள்ளேதான் இருந்தன
உள்ளேதான் இருந்தன"
என்று யாரோ சொல்லிய போது
அடுத்த குகைக்கு
விரைந்து கொண்டிருந்தது
ரயில்

சாட்சி சொல்ல வந்தவன்

சாட்சிக் கூண்டில் ஏறிய போது
தூரத்திலிருந்து முறைத்தார் குற்றவாளி
மந்திரித்து வீசிய முட்டையை
அவசரத்தில்
உடைத்துக் குடித்து விட்டேன்
கோபமுற்றவர்
நாக்கை முழுவதுமாக இழுத்து வைத்து
நான் சொல்லவிருந்த சம்பவத்தை
தடயமில்லாதபடி அழித்துக் கொண்டிருந்தார்
வயிற்றில் குஞ்சு பொரித்த
சத்தியத் தவளைகள்
சம்பவத்தைத்
தொண்டைக்குள் இழுத்துக் கொண்டன
தண்டனைப் புத்தகத்தை விரித்தபடி
நான் தவளை போலக் கத்துவதாக
எச்சரிக்கை மணி அடித்தார்
குற்றவாளிக்காக வாதாடியவர்
சம்பவம் எச்சிலில் கரைந்து கொண்டிருக்க
வளாகத்தில் ஒரு பெரிய குதிரை
கால்களை உயர்த்தியபடி
துள்ளிக் கொண்டிருந்தது
பிடரியை இழுத்துப் பார்த்த காவலர்
கழுத்தைத் தடவிய போது
"சத்தியம் சாகாது
சத்தியம் பலமாக உதைக்கும்"
என்று பாட ஆரம்பித்தது
என் பக்கத்தில் நின்ற வழக்கறிஞர்
"இவர் கைரேகையைப் பாருங்கள்
யுவர் ஆனர்!"

சம்பவத்தின் போது
குற்றவாளியின் சட்டையைக் கிழித்திருக்கிறார்
என்று என் கைவிரல்களை
உயர்த்திக் காண்பித்தார்
கண்கள் பொய் பேசுவதில்லை என
நீதிபதியை உற்றுப் பார்த்தபடி
சம்பவத்தைச் சொல்ல ஆரம்பித்தேன்
வாக்குமூலத்தின்
ஒவ்வொரு சொல்லும்
நான்காகப் பிரிந்து ஓட
கதற ஆரம்பித்தார் தட்டச்சு செய்தவர்
அடித்துப் பிடித்து
ஒரே வரிசையில் அடுக்கியபோதும்
சம்பவம்
சேராமல் பிரிந்து கொண்டே இருந்தது
குற்றவாளி
அடுத்த முட்டையை எடுத்த போது
வேகமாகப் பாய்ந்தது குதிரை
தண்டனைப் புத்தகம்
பறந்து வந்து தாக்கவே
சத்தியம்! சத்தியம்! சத்தியம்!
பெருமுழக்கத்தோடு
குதிக்க ஆரம்பித்தன
தவளைக் குஞ்சுகள்
கட்டிடம் அதிர ஆரம்பித்தது
தலைவலி தாங்கமுடியாமல்
சம்பவம் நடந்த இடத்திற்கு
என்னை அழைத்துச் சென்றார்கள்
உள்ளதை
உள்ளபடியே சொல்வதற்காக
ஏழு ஆண்டுகளுக்கு முந்தைய இரவை
இழுத்துக் கொண்டிருந்தேன்
அசைந்து அசைந்து
வந்து கொண்டே இருந்தது
சம்பவம்